வெல்க தமிழ்

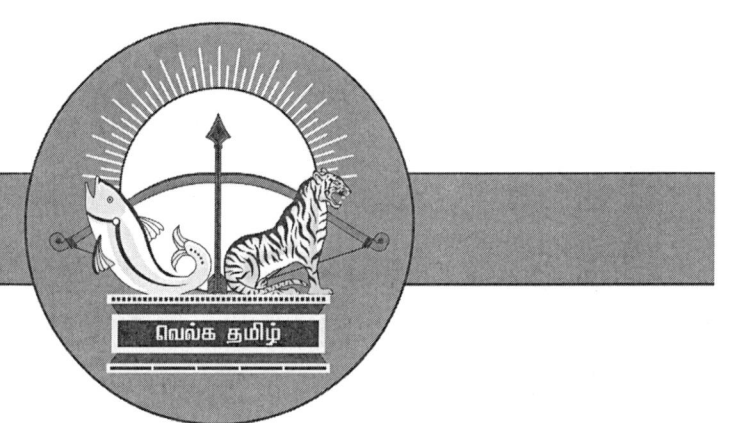

நாம் தமிழர் இயக்கம்

முகிலை இராசபாண்டியன்

புள்ளினங்கள்
வெளியீடு

An Imprint page of Pen Bird Publications

+91 8220063246 | penbirdpublications@gmail.com | www.penbird.in

நாம் தமிழர் இயக்கம்
முகிலை இராசபாண்டியன் ©
Naam Tamilar Iyakkam
Muhilai Rajapandiyan ©

முதல் பதிப்பு - பிப்ரவரி 2024
PB #12 - அரசியல்
வடிவமைப்பு - நா.கௌசிகன்

ISBN: 978-81-969269-3-9
Rs. 200

இந்நூலின் எந்தவொரு பகுதியையும் ஆசிரியர் மற்றும் பதிப்பாளரின் எழுத்து பூர்வ அனுமதியின்றி அச்சு மற்றும் மின்னணு வழியே நகல் எடுப்பது, ஒலிப்பதிவு செய்து வெளியிடுவது, துண்டுப் பிரசுரமாக அச்சிட்டு வெளியிடுவது போன்ற செயல்கள் பதிப்புரிமைச் சட்டத்தின்படி தடை செய்யப்பட்டுள்ளது.

என்னுரை	9
நாம் தமிழர் இயக்கம்	11
அரசியலில் ஆதித்தனார்	48
ஆதித்தனாரின் போராட்டங்கள்	66
ஆதித்தனாரின் தமிழப் பேரரசு!	81
ஆதித்தனாரின் வாழ்க்கைப் பாதை	142
நேர்காணல்கள்	146

பிறப்பொக்கும் எல்லா உயிர்க்கும்...

என்னுரை

தமிழ். அது ஒரு மொழி மட்டுமல்ல. அதற்கும் மேலாக ஊனுடனும் உதிரத்துடனும் கலந்துவிட்ட ஓர் உணர்வு.

மூவாயிரம் ஆண்டுக்கும் முற்பட்ட எங்கள் முன்னோர்களின் உயிராகவும் உணர்வாகவும் அது உருக்காட்சி அளிக்கிறது.

நாடு என்ற எல்லைக்கு அப்பால் மக்கள் என்னும் மேடையில் அது தென்றலாய்த் தவழ்ந்து கொண்டிருக்கிறது.

நெருக்குதல், தாக்குதல், விலக்குதல், பதுக்குதல் என்னும் பல்வேறு முடக்குதல்களைத் தாண்டி அது ஆலமரமாய் வேரூன்றி நிற்கிறது.

எல்லா வகையான எண்ணங்களையும் உள்வாங்கிக்கொண்டு எல்லாவற்றுக்கும் மேலாகப் பட்டொளி வீசிப் பறக்கிறது.

காலம் என்னும் கடலில் அது கலம் இல்லாமலே நீந்தி நிலைக்கிறது.

இந்தத் தமிழ் உணர்வை உயிராய்க் கொண்டவர் சி.பா.ஆதித்தனார். 'உடல் மண்ணுக்கு உயிர் தமிழுக்கு;' என்று முழங்கி வாழ்ந்தவர். அவர் தொடங்கி நடத்திய 'நாம் தமிழர்' இயக்கம் தமிழுக்கு அரணாக நின்றது; பிற மொழித் தாக்குதலை வேலியாய்த் தடுத்தது.

உலகத் தமிழர்களின் ஒற்றுமைக்கும் உயர் வாழ்வுக்கும் ஓங்கிக் குரல் கொடுத்தவர் ஆதித்தனார்.

அவர் அன்று கண்ட 'தமிழன் கால்வாய்த் திட்டம்' இன்று சேது சமுத்திரத் திட்டமாய் மலர்ந்துள்ளது.

கடந்த காலத்தின் சுவடுகளை வீரியமாய் வளர்த்தெடுப்பது நிகழ்காலச் சமுதாயத்தின் பணி. அப்பணியைச் செய்ய இயலவில்லை என்றால் அச்சுவடுகளைப் பாதுகாத்து வருங்காலச் சமுதாயத்திற்கு வழங்கும் பணியையாவது செய்ய வேண்டும்.

இரண்டாவது குறிப்பிட்ட பணியை நோக்கமாய்க் கொண்டு இந்த நூல் உருவாக்கப்பட்டுள்ளது.

சி.பா.ஆதித்தனாரின் நாம் தமிழர் இயக்கத்தையும் அவர் நடத்திய போராட்டங்களையும் அவரது அரசியல் பணியையும் இந்நூலில் திரட்டித் தந்துள்ளேன்.

ஐம்பது, அறுபது ஆண்டுகளுக்கு முன்பு தமிழ்நாட்டில் நிகழ்ந்த நாம் தமிழர் இயக்கப் பணியை ஆவணப்படுத்தும் நோக்கில் இந்நூல் உருவாக்கப்பட்டுள்ளது.

இந்த நூல் ஆக்கத்திற்கு ஊக்கமும் ஆக்கமும் அளித்து உதவியவர்களுள் முதன்மையானவர் டாக்டர் பா. சிவந்தி ஆதித்தனார் ஆவார். ஆரவாரம் இல்லாமல் ஆக்கப் பணிகள் செய்து வரும் டாக்டர் பா.சிவந்தி ஆதித்தனார் அவர்களுக்கு என் நன்றி!

நூலுக்கு வேண்டிய பல்வேறு தரவுகளைத் தந்து உதவியவர் ராணி ஆசிரியர் அ.மா.சாமி அவர்கள். இவர் இல்லை என்றால் இந்நூல் உங்கள் கரங்களில் தவழ்ந்திருக்காது என்னும் அளவிற்குப் பேருதவி புரிந்தவர் வரலாற்று ஆய்வாளர் நெல்லை நெடுமாறன் அவர்கள். நூலாக்கத்தின் பல்வேறு படிநிலைகளில் துணைபுரிந்த டாக்டர் ஆ.தசரதன், கவிஞர் மணிமேகலை கந்தசாமி, கவிஞர் த.ஆதித்தன் ஆகியோருக்கு என் நன்றி.

மறுபதிப்பாக வெளியிடும் புள்ளினங்காள் வெளியீட்டின் பொறுப்பாளர் நா.கௌசிகன் அவர்களுக்கு என் நன்றி.

முகிலை இராசபாண்டியன்
முகிலை, குமரி - 629701

நாம் தமிழர் இயக்கம்

தனியொரு பண்பாட்டுடன் தனித்தன்மை வாய்ந்த தொன்மைச் சிறப்புடைய மொழியுடன் சிறப்புற்று வாழ்ந்த இனம். தமிழ் இனம். சூழலாலும் பிற நாட்டவர் படையெடுப்புகளாலும் ஆக்கிரமிப்புகளாலும் தமிழர்கள் பாதிக்கப்பட்டனர். களப்பிரர், பல்லவர், நாயக்கர், ஐரோப்பியர் ஆகியோர் அடுத்தடுத்துத் தமிழ்நாட்டின் ஆட்சியைக் கைப்பற்றியதால் தமிழர் பண்பாடும் தனித்தன்மையும் மொழியும் இலக்கியமும் பெருமளவில் பாதிக்கப்பட்டன. இவ்வாறு அந்நியர் ஆதிக்கத்தால் தமிழ்மொழியும் தமிழினமும் நசுக்கப்பட்டு நலிவடைந்த நிலையை அகற்றத் தமிழ் உணர்வு படைத்தோர் எண்ணினர். அவர்களுள் சி.பா.ஆதித்தனார் குறிப்பிடத்தக்கவர். சிறப்புற்று மிளிர்ந்த தமிழினத்தின் சீரழிவைப் பற்றிச் சிந்தித்த சி.பா.ஆதித்தனார் அதன் பண்டைய பெருமையை நிலைநாட்டும் முயற்சியில் ஈடுபட்டார்.

தமிழினம்

"நாட்டினம் என்பது ஒரு சமூகம். அது, ஒரு குலத்தவராகவோ அல்லது ஒரு குழுவினராகவோ இருக்க வேண்டுமென்பது அவசியமன்று. அது தற்செயலாகக் கூடி மறையும் தாறுமாறான கூட்டமுமன்று. வரலாற்று அடிப்படையில் தோன்றிய பொதுவான மொழி, நாடு, பொருளாதார வாழ்வு, பொதுக் கலாச்சாரம் உடைய உறுதியான சமூகமே நாட்டினம். ஒரு நாட்டினம் தமக்கே உரிய ஆன்மீக அமைப்பைப் பெற்றிருக்கும். அதை, அந்த நாட்டின் நாகரிகத்திலிருந்து அறியலாம்"[1] என்பர்.

பொதுவான மொழி, நாடு, பண்பாடு கொண்ட இனம், ஒரு நாட்டினம் என்று அழைக்கப்படுகிறது. தமிழ் இனம் மூவாயிரம் ஆண்டுகட்கு முன்பிருந்தே தனிநாடு, தனிமொழி, தனிப்பண்பு கொண்டு வாழ்ந்த இனமாக இருக்கிறது. "ஓர் இனம் நாட்டைப் பெற்றிருக்க வேண்டும் அல்லது ஒரு காலத்தில் நாட்டை உடைமையாகக் கொண்டிருந்த நினைவையேனும் தேக்கி வைத்திருக்க வேண்டும். முந்தைய வரலாற்றை நினைவுகூர்ந்து பார்க்கத்தக்க மரபுகள், வாழ்க்கை நெறிகள், நாட்டுப்பான்மைகள் ஆகியவற்றை ஓர் இனம் பெற்றிருக்க வேண்டும். ஓர் இனத்தை முழுமையாகத் தழுவி நிற்கும் பொதுமொழியைப் பெற்றிருக்க வேண்டும்.

நாடோடிகளாய் இல்லாத நிலையான மக்கட் சமூகமாக இருத்தல் வேண்டும். இக்கூறுகளைப் பெற்ற ஓர் இனத்தை அல்லது மக்கள் தொகுதியை நாட்டினம் என்று கூறலாம்"[2]. இது தமிழினத்திற்கும் பொருந்தும்.

தமிழ் நாடு

இந்தியா ஒரு கூட்டாட்சி நாடு. இக்கூட்டாட்சி நாட்டில் பல நாடுகள் இணைந்து நிற்கின்றன. இந்தப் பல்வேறு நாடுகளில் பல்வேறு மன்னர்களின் ஆட்சி நிகழ்ந்திருக்கிறது.

"இந்தியா பல்வேறு நாடுகளைக் கொண்ட ஓர் உபகண்டமாகத் திகழ்கின்றது. நடுநிலைமையுடன் இந்தியாவின் சரித்திரத்தை ஆராய்ந்தவர் அனைவரும் இந்த முடிவுக்கே வந்திருக்கின்றனர்.

சீதோஷ்ணநிலை, மண்வளம், பொருள் உற்பத்தி, மக்களின் பழக்கவழக்கங்கள், பேசும் மொழிகள் முதலியன யாவும் இந்தியாவிலுள்ள பல்வேறு நாடுகளிலும் வெவ்வேறு விதமாக இருக்கின்றன. இந்தியாவிலுள்ள நாடுகள் ஒவ்வொன்றிலும் ஒவ்வோர் இனத்தினர் வாழ்கின்றனர். அந்த இனங்கள் ஒவ்வொன்றுக்கும் தனித்தனி மொழி, நாகரிகம், சரித்திரம் ஆகியவைகள் இருந்து வருகின்றன. இங்ஙனம் பல நாட்டுப் பண்புகள் அமைந்திருப்பதனாலேயே இந்தியாவை ஒரு உபகண்டமாகச் சொல்ல வேண்டியிருக்கிறது"[3] என்பர்.

இந்தியாவில் உள்ள நிலப்பாகுபாடுகளும் தட்ப வெப்பநிலைகளும் இந்தியாவைத் தனிநாடு இல்லை என்று

தெளிவாகத் தெரிவிக்கின்றன. எனவே, இந்தியத் துணைக்கண்டத்தின் பல தனிநாடுகளில் தமிழ்நாடும் ஒன்று என்பது தெளிவு. மேலும், "பண்டை நாளில் தமிழ்நாட்டில் தமிழரசே நிலவியது. நமது தமிழ் மன்னர்கள் வேறு எவர்க்கும் கப்பம் செலுத்திக் கைகட்டி வாழ்ந்தறியார். அவர்கள் வேறெந்தச் சாம்ராஜ்யத்திற்கும் கட்டுப்படாது தனியரசு புரிந்தனர். அந்தத் தனியரசில் தமிழ் தழைத்தது"[4] என்னும் கருத்தால் தமிழ்நாட்டில் தனியரசு செலுத்திய தமிழ் மன்னர்களுக்குப் பிறகு வேற்றவரின் ஆட்சியின்கீழ் தமிழர் தன்நிலை மறந்தனர்; தொன்மைச் சிறப்பை மறந்தனர்; நாடு ; மொழியுணர்வை மறந்தனர்.

இந்நிலை, வேற்று இனத்தவரை அடிமைப்படுத்தி வாழும் ஆங்கிலேயர்களின் அதிகாரக்குவியல் ஆட்சிக்கு எளிதாய் இருந்தது. இந்தியத் துணைக்கண்டத்தை ஆண்ட ஆங்கிலேயர்கள் இந்திய இனங்கள் அனைத்தையும் இணைத்து ஆண்டனர். இக்காலகட்டத்தில், தமிழினத்தின் பழம்பெருமையையும் தனித்தன்மைகளையும் பாதுகாக்க பெரியார் ஈ.வெ.ரா., சாமி.சிதம்பரனார், பாரதிதாசன், கி.ஆ.பெ. விசுவநாதம், சி.பா. ஆதித்தனார் போன்றோர் செயற்பட்டனர்.

இனத்தின், மொழியின் வாயிலாகவே ஒரு நாடு அமைய முடியும் என்ற கருத்துக்கொண்டு பெரியார் 'தமிழ்நாடு தமிழருக்கே' என்று குரல் கொடுத்தார். இதைத் தமிழ்வாணன், "எறும்புப்புற்று எறும்புகளுக்கே; எலியின் வளை எலிகளுக்கே என்று சொல்ல வேண்டியதேயில்லை. அவைகள், தங்கள் சொந்த நிலத்தை நன்றாகவே கவனித்துக்கொண்டிருக்கின்றன. ஆனால், இந்த உணர்வுகூடத் தமிழர்களிடம் இல்லை என்பதைக் கண்டார் பெரியார். உடனே, தமிழ்நாடு தமிழருக்கே என்ற வீரக்குரலை எழுப்பித் தமிழனுக்கு முதன் முதலில் அரசியல் பாடத்தைச் சொல்லி வைத்தார்"[5] என்று குறிப்பிட்டுள்ளார்.

தமிழ் மக்கள் பல்வேறு குழுக்களாகப் பிரிந்திருந்தால், ஒன்றுபட்ட தமிழ்நாட்டைக் காண இயலாது என்று உணர்ந்த சாமி.சிதம்பரனார், "மக்களின் ஒன்றுபட்ட கிளர்ச்சியினால்தான் - போராட்டத்தினால்தான், புதிய ஐக்கிய தமிழகத்தை உருவாக்க முடியும். இந்த உண்மையைத் தமிழ் மக்கள் அறியாதவர்கள் அல்லர். ஆகையால், ஐக்கிய தமிழகத்தை உருவாக்கத் தமிழர்கள் அனைவரும் கட்சி வேறுபாடின்றி ஒன்றுபட வேண்டும்"[6] என்று தமிழர்களை ஒன்றுபடுத்த முற்பட்டார்.

இந்தக் காலகட்டத்தில் தமிழின எழுச்சியைத் தூண்டியவர்களுள் சி.பா. ஆதித்தனாரும் ஒருவர்.

இந்தியத் துணைக்கண்டம் விடுதலை அடைந்த பிறகும் தமிழரின் நிலை மேம்பாடு அடையாததை உணர்ந்த சி.பா.ஆதித்தனார், "தமிழ்நாட்டின் செல்வம் தமிழ்நாட்டை வளப்படுத்தப் பயன்படாமல் பிறர் கையில் சிக்கி, தமிழ்நாட்டைவிட்டு வெளியே போவதுதான் தமிழ்நாட்டின் ஏழ்மைக்குக் காரணம்"[7] என்று குறிப்பிட்டார்.

'நாம் - தமிழர்' இயக்கம்

தனித்தமிழ் நாடு ஒன்றுதான் தமிழர்களுக்குப் புதிய வாழ்வளிக்கும் என்று அறிந்த தலைவர்கள் தனித்தமிழ் நாடு கோரிக்கையை முன்வைத்துப் போராடினர். இது எல்லாராலும் ஒருமனதாக ஏற்றுக்கொள்ளப் பெற்றது.

"1938 டிசம்பர்த் திங்களில் மாநிலத்தமிழர் மாநாடு வேலூர் நகர்மன்றத்தில் மிகப் பொலிவோடு நடைபெற்றது. இம்மாநட்டில்தான் இந்தித் திணிப்பால் தமிழர்க்கு நேரவிருக்கும் இன்னல்கள் உணரப்பெற்று முதன்முதல் 'தனித்தமிழ் நாடு' பற்றி உருவான முறையில் பேசப்பெற்றது."[8]

அந்த மாநாடு முதற்கொண்டு தமிழ்நாடு முழுவதும் இந்தி எதிர்ப்புப் போரும், தமிழ்நாடு தமிழருக்கே என்னும் குரலும் ஒலிக்கத் தொடங்கியது.

தமிழ்நாட்டில், தமிழனாட்சியே நிலவவேண்டும் என்று உணர்ந்தார் ஆதித்தனார்.

"தமிழப் பேரரசு மீண்டும் தழைக்க வேண்டும். இமயத்திலே பொறிக்கப்பட்ட தமிழ்க்கொடி மீண்டும் பறக்கவேண்டும் தமிழர் கப்பல் உலகை வலம் வரவேண்டும் தமிழோசை உலகெங்கும் ஒலிக்க வேண்டும் - செந்தமிழ் செழித்த பொற்காலமாம் நற்காலம் மீண்டும் தோன்ற வேண்டும் என்பதே ஆதித்தனார் கண்ட கனவு".[9]

இந்தக் கனவு நனவாக வேண்டும் என்று முயன்ற ஆதித்தனார் 1942ஆம் ஆண்டு நாம் தமிழர் இயக்கத்தைத் தொடங்கினார்.

"நாம் - தமிழர் இயக்கம் எப்போது துவக்கப்பட்டது? என்ற கேள்விக்கு விடையாக, இன்றைக்கு 22 ஆண்டுகளுக்கு முன் மதுரையில் துவக்கப்பட்டது! அக்கூட்டத்திற்கு நாவலர் சோம சுந்தர பாரதியார் உள்ளிட்ட தமிழறிஞர்கள் வந்திருந்தனர். 1942ஆம் ஆண்டில் வெள்ளைக்காரனை எதிர்த்துப் பெரும் போராட்டம் நடந்துகொண்டிருந்தது. ஒரு நாட்டில் ஒரே நேரத்தில் இரண்டு விடுதலை இயக்கங்கள் செயல்பட முடியாது. ஆகையால் இயக்க வேலைகள் நிறுத்தப்பட்டு மீண்டும் 1957ஆம் ஆண்டு தொடங்கப்பட்டது."[10] என்று நாம் - தமிழர் இயக்கம், தொடங்கப்பட்டது குறித்து, சி.பா.ஆதித்தனார் 'சுதந்திரத் தமிழ்நாடும் நாம் - தமிழர் இயக்கமும்' என்ற நூலில் குறிப்பிட்டுள்ளார்.

நாம் தமிழர் இயக்கம், தொடங்கப்பட்ட காலம் முதலே தமிழ்நாட்டிற்காகவும் தமிழினத்திற்காகவும் பாடுபட்டுள்ளது. ஆங்கிலேயரிடமிருந்து இந்தியத் துணைக்கண்டம் முழுவதும் விடுதலை பெற அக்காலத்தில் போராட்டம் நடைபெற்றுக் கொண்டிருந்ததால், அப்போராட்டத்திற்கு இடையூறாகத் தனித்தமிழ்நாட்டுப் போராட்டம் அமையக்கூடாது என்ற பெரு நோக்கில் சி.பா.ஆதித்தனார் அப்போராட்டத்தை வலிமைபெறச் செய்யவில்லை. மேலும், ஆங்கிலேயர்களிடமிருந்து இந்தியத் துணைக்கண்டம் விடுதலை பெற்றவுடன் தமிழ்நாடு தனி நாடாக உருவெடுக்கும் என்றும் அவர் நம்பினார்.

பெயர்க் காரணம்

"ஐரீஷ் நாட்டின் விடுதலைப் போராட்ட வீரன் 'டிவேலரா'. மொழிப்பற்று இருந்தால்தான் மக்களுக்கு இனப்பற்றும், நாட்டுப்பற்றும் ஏற்படும் என்பதை உணர்ந்துகொண்ட இவர், கிரிபெத் என்ற அறிஞரையும் தன்னுடன் சேர்த்துக்கொண்டு முதலில் மக்களிடம் மொழிப்பற்று ஏற்பட வழிசெய்தார்.

இதே வழியைத்தான் ஆதித்தனாரும் பின்பற்றினார். நாம் தமிழர் என்று பெயர் சூட்டியதுகூட டிவேலராவைப் பின்பற்றித்தான். ஐரீஷ் நாட்டின் விடுதலை இயக்கத்துக்கு 'சின்பின்' என்று டிவேலரா பெயர் வைத்திருந்தார். இதற்கு 'நாம் - ஐரீஷ் மக்கள்' (We - Irish) என்று அவர்கள் மொழியில் பொருள்".[11]

இவ்வாறு தோற்றுவிக்கப்பட்ட இயக்கத்தின் பெயரே நாம் - தமிழர் இயக்கம்.

மீண்டும் நாம் - தமிழர் இயக்கம்

இந்தியத் துணைக்கண்டம் விடுதலை அடைந்தவுடன் தமிழ்நாடு தனியுரிமைகளைப் பெற்றுத் தரணியில் தலைநிமிர்ந்து விளங்கும் என்று ஆதித்தனார் எண்ணியிருந்தார். விடுதலை இந்தியாவில் ஒருமைப்பாடு என்ற பெயரால் தமிழரின் தனியுரிமைகள் பாதிக்கப்படும் நிலையும், பொதுமொழி என்ற பெயரால் சற்றும் தொடர்பில்லாத இந்தி மொழி திணிக்கப்படும் நிலையும் ஓங்கின. இந்நிலை நீங்கவேண்டுமானால் நாம் - தமிழர் இயக்கம் செயல்பட வேண்டும் என்று முடிவெடுத்தார் ஆதித்தனார்.

"1947 ஆகஸ்ட் 15இல் இந்தியாவுக்குச் சுதந்திரம் வந்தது. அதன்பின் பத்தாண்டுகள் ஆகியும் தமிழர்களுக்கு உண்மையான உரிமைகள் கிடைப்பதாக இல்லை. அதற்குப் பதில், டெல்லி ஆதிக்கமும் இந்தி ஏகாதிபத்தியமும் தமிழகத்தில் தங்கள் தளைகளை இறுக்கிக்கொண்டு வந்தன. தமிழ்நாடு ஒன்று சேருவதற்கு மாறாக, துண்டுபட்டு, பாண்டிச்சேரி தனியே, தேவிகுளம், பீர்மேடு கேரளாவுக்கு, திருப்பதி ஆந்திராவுக்கு என்று சிதைந்துகொண்டு வந்தது."[12] எனவே, செயற்படாமல் நிறுத்திவைத்திருந்த 'நாம் தமிழர்' இயக்கத்தை மீண்டும் தொடங்குவது என்னும் எண்ணத்துடன் 1957இல் தொடங்கினார்.

இயக்கக் கூட்டம்

1958 பிப்ரவரி 9ஆம் நாள் சென்னையில் பாரதிதாசன் தலைமையில் 'நாம் தமிழர்' இயக்கக் கூட்டம் தொடங்கியது.

இக்கூட்டத்தில் தமிழ் மக்களுக்கு அழைப்பு விடுத்தார் ஆதித்தனார். "தமிழ் மக்களின் அரசியல், பொருளாதாரம், மொழி, எல்லை ஆகியவற்றைப் பார்க்கும்பொழுது, தமிழ்நாடு சுதந்திர நாடாக இயங்க வேண்டிய நிலை ஏற்பட்டு இருக்கிறது"[13] என்று கூறினார்.

இந்தக் கூட்டத்தில் நாற்பத்து ஒருவர் கொண்ட அமைப்புக்குழு தேர்ந்தெடுக்கப்பட்டது. அமைப்புக்குழுத் தலைவராக ஆதித்தனார் தேர்ந்தெடுக்கப்பட்டார்.

தமிழ் மக்களுக்குத் தமிழ் உணர்வை ஊட்டுவதன் மூலம் அவர்களை விழிப்படையச் செய்யலாம் என்று எண்ணிய ஆதித்தனார். தமிழனின் வரலாற்றுப் பாரம்பரியத்தையும் தமிழ்மொழிச் சிறப்பையும் 'தமிழப் பேரரசு' என்ற நூல் வழி வெளிப்படுத்தினார்.

"இயன்ற எல்லா வழிகளிலும் 'தமிழ்' என்ற எண்ணத்தை ஆதித்தனார் பரப்பினார். தமிழ் மக்கள் தலைப்பு எழுத்துக்களைத் தமிழிலேயே எழுதவேண்டும் என்று வேண்டுகோள் விடுத்ததுடன் தாமே 'எஸ்.பி.' என்று இருந்த தலைப்பு எழுத்துக்களைச் 'சி.பா.' என்று மாற்றி வழிகாட்டினார்"[14]

தன்மான உணர்வு, தமிழர்களுக்குத் தேவை என்று கருதிய ஆதித்தனார், தம் வாழ்வுடன் - நாம் - தமிழர் இயக்கத்துடன் தொடர்புடைய அனைத்திலும் தமிழை இணைத்துக்கொண்டார்.

அவர் தொடங்கிய இதழுக்குத் 'தமிழன்' என்று பெயரிட்டார்.

நாம் - தமிழர் இயக்கத் தலைமை நிலையத்திற்குத் 'தமிழன் இல்லம்' என்று பெயர்சூட்டினார்.

இயக்க வார இதழுக்குப் பெயர் 'தமிழ்க்கொடி'.

நாம் - தமிழர் இயக்க வெளியீடுகளை அச்சிட்டு வெளியிட்டது 'தமிழ்த்தாய் பதிப்பகம்'.

நாம் தமிழர் இயக்கத்தின் துணை அமைப்புகளுக்கு 'இளந்தமிழர் மன்றம்' என்று பெயரிட்டார்.

'தனித்தமிழ்நாடு' என்ற கோரிக்கையை முன்வைத்து, ஆதித்தனார் உருவாக்கிய நூலுக்கு அவரிட்ட பெயர், 'தமிழப் பேரரசு'.

தமிழ்நாட்டில் கிடைக்கக்கூடிய உடைமரத்தைக் கூழாக்கித் தாள் செய்து 'தந்தி' நாளிதழை வெளியிட்டார். அந்தத் தாளுக்கு ஆதித்தனாரிட்ட பெயர் 'தமிழன் தாள்'.

சேதுக்கடலில் கால்வாய் வெட்டினால் அதன்மூலம் தமிழ்நாட்டின் பெருமை தரணியில் உயரும் என்று சேதுக்கால்வாய்த் திட்டத்தை ஆதித்தனார் அறிமுகப்படுத்தினார். அக்கால்வாய்க்கு ஆதித்தனாரிட்ட பெயர் 'தமிழன் கால்வாய்'.

கபடி ஆட்டத்திற்குத் 'தமிழன் விளையாட்டு' என்று பெயர் வைத்தார். ஊரெங்கும் கபடிப் போட்டிகள் நடத்தினார்.

17

தமிழ் உழவர்களுக்கு உறுதுணையாகக் கோழிப்பண்ணைகள் அமைத்துக் கொடுத்தார். அவற்றுக்குத் 'தமிழன் கோழிப்பண்ணை' என்று பெயர் சூட்டினார்.

நாம் தமிழர் இயக்கத் தொண்டர்கள் நீலநிறச் சட்டை அணிந்துகொள்ள வேண்டும் என்பது இயக்கவிதி. இச்சட்டையும் 'தமிழன் துணி'யினால் தைக்கப்படவேண்டும் என்றார் ஆதித்தனார். இதற்கென, ஈரோட்டில் 'தமிழன் துணியாலை'யைத் தொடங்கி வைத்தார். தமிழ்நாட்டுப் பஞ்சு, தமிழ்நாட்டில் செய்த எந்திரம், தமிழ்நாட்டு நெசவாளியின் உழைப்பு ஆகியவற்றில் உருவானதுதான் தமிழன் துணி.

தாம் கலந்துகொண்ட இயக்கக் கூட்டங்களை,

நாம் தமிழர் - நாம் தமிழர்
நாம் தமிழர் நாமே
நாம் தமிழர் நாமே!

நாம் தமிழர் நாம் தமிழர்
நாம் தமிழர் நாமே!

வீரமுடன் வாளேந்தி
வாழ்ந்தவர்கள் நாமே
வையமெல்லாம் ஒருகொடிக்கீழ்
ஆண்டவர்கள் நாமே!   (நாம் தமிழர்...)

சுதந்திரத்தின் ஒளியை வீசும்
தமிழ்க்கொடியை ஏற்றித்
தலைவணங்கும் நாம் தமிழர்
நாம் தமிழர் நாமே!   (நாம் தமிழர்...)[15]

என்ற பாடலைப் பாடிய பிறகே தொடங்கினார். இப்பாடலை எழுதியவரும் அவரே ஆவார்.

தமிழர் உணர்வு

"ஆதித்தனார் அவர்கள் கலந்துகொள்ளும் கூட்டம் முடிந்ததும் சிறுவர்களும் சிறுமியர்களுமாக ஆட்டோகிராபில் கையெழுத்து வாங்க நிற்பார்கள். அவர்களிடம் 'தம்பி, நீ யார்?' என்று ஐயா கேட்பார். 'நான் தமிழன்' என்று கூறினால்தான் அவனுக்குக் கையெழுத்துக் கிடைக்கும். இப்படிச் சிறுவர்

சிறுமியர்களிடையே தமிழன் என்ற உணர்வை ஊட்டியவர் ஆதித்தனார்"[16] என்று இரா.புவனேசுவரன் என்பார் குறிப்பிட்டுள்ளார்.

தமிழ்நாட்டு வரலாறு

"தமிழர் நாகரிகம் 20,000 ஆண்டு வளர்ச்சியுடையது. அதுவே உலகிடைப் பரவியது. சப்பான் மொழி, தமிழின் பல்வேறு கூறுகளை உடையது"[17] என்பார் டாக்டர் பும்.

இத்தகு தொன்மைத் தமிழ்நாட்டு வரலாற்றை ஆராய்ந்து தமிழ்நாட்டின் எழுச்சியையும் வீழ்ச்சியையும் குறிப்பிட்டுள்ளார் சி.பா.ஆதித்தனார்.

"தமிழ்நாட்டின் வரலாற்றில் 600 ஆண்டு என்பது ஒரு கால வட்டம். அதாவது, 600 ஆண்டு வாழ்வும் அதன்பின், 600 ஆண்டு தாழ்வுமாக மாறிமாறி வந்து கொண்டிருக்கின்றது.

60 வருட தொடரை 'வருட வட்டம்' என்பதுபோல் 10 வருட வட்டங்களைக் கொண்டது தமிழ்நாட்டின் காலவட்டம்"[18] என்று 'தமிழ்ப் பேரரசு' என்ற நூலில் சி.பா.ஆதித்தனார் குறிப்பிட்டுள்ளார்.

"கி.மு. நான்காம் நூற்றாண்டிலிருந்து, கி.பி., இரண்டாம் நூற்றாண்டு வரை 600 ஆண்டுகள் பிற நாட்டவர்களைத் தோற்கடித்து, அக்காலத்தில் மனிதர்கள் வாழ்ந்த வையம் முழுவதையும் தமிழர்கள் ஆண்டார்கள்"[19] என்று ஆதித்தனார் குறிப்பிட்டுள்ளார். இக்கருத்திற்கு அணி செய்யும் வகையில், "மிகப் பழைய காலம் முதல் ஏறத்தாழ கி.பி. 300 வரையில் தமிழகம், தமிழ்வேந்தராலேயே ஆளப்பட்டு வந்தது."[20] என்று மா.இராசமாணிக்கனார் குறிப்பிடுகிறார். ஆதித்தனார் குறிப்பிட்டுள்ள இக்காலத்தில்தான் பாண்டியர்கள் சங்கம் வைத்துத் தமிழ் வளர்த்தனர் என்பதனைக் "கடைச்சங்கம் கி.பி.250க்கு முற்பட்டதென்பதும் கி.மு.1000 தொடங்கி இச்சங்கங்கள் நடைபெற்றன என்பதும் இன்று பலராலும் ஏற்கப்பட்ட முடிவாகும்"[21] என்று தமிழண்ணல் குறிப்பிட்டுள்ளது நோக்கத்தக்கது.

தமிழர்களின் பொற்காலமாகக் கருதப்படும் "சங்ககாலம் கி.மு.500இல் தொடங்கி கி.பி. 300 வரை என்று கொள்வதே

பொருத்தமாகும்"[22] என்று ந.க.மங்கள முருகேசன் கருத்துத் தெரிவித்துள்ளார்.

சங்கங்கள் இருந்த காலங்குறித்து, கே.கே.பிள்ளை "கடைச்சங்கம் கி.பி. முதல் மூன்று நூற்றாண்டுகள் நிகழ்ந்து வந்தது என்று கொள்வது சாலப் பொருத்தமாகும். கி.மு. இரண்டாம் நூற்றாண்டுக்கும் கி.பி. முதல் நூற்றாண்டுக்கும் இடையில் இடைச்சங்கம் இயங்கி வந்ததென்றும் அதற்கும் முன்பு கி.மு. நான்காம் நூற்றாண்டுக்கும் இரண்டாம் நூற்றாண்டுக்கும் இடையில் தலைச்சங்கம் நடைபெற்று வந்தது என்றும் சொல்லலாம்"[23] என்று குறிப்பிட்டுள்ளார்.

ஆதித்தனார், கி.மு. நான்காம் நூற்றாண்டு முதல் கி.பி. இரண்டாம் நூற்றாண்டு வரை தமிழர்கள் சிறப்புற்றிருந்தனர் என்று கூறியிருப்பதையும் கே.கே.பிள்ளை, கி.மு. நான்காம் நூற்றாண்டில் இருந்து கி.பி. மூன்றாம் நூற்றாண்டு வரை சங்கம் இருந்தது என்று கூறியிருப்பதையும் ஒப்பிட்டுப் பார்த்தால் ஆதித்தனார் கூறியுள்ள 600 வருட கால வட்டம் ஏற்றுக்கொள்ளத்தக்க ஒன்று என்பது புலனாகிறது.

அடிமைத் தமிழர்கள்

"கி.பி. இரண்டாம் நூற்றாண்டுவரை சிறப்பாக வாழ்ந்த தமிழர்களை அதன்பிறகு வடநாட்டு அரசர்கள் தோற்கடித்தார்கள். கி.பி. எட்டாம் நூற்றாண்டு வரை விஜயஸ்கந்தவர்மன், சிம்மவிஷ்ணு, மகேந்திரவர்மன், முதலாம், இரண்டாம் நரசிம்மவர்மன் போன்றோர் அடிமைப்படுத்தினர். தமிழை அழித்து வடமொழியைக் காத்தனர்"[24] என்று தமிழர்கள் வேற்றரசர்களுக்கு அடிமைப்பட்டிருந்த காலத்தை ஆதித்தனார் குறிப்பிட்டுள்ளார்.

இதே கருத்தை மா.இராசமாணிக்கனார் தமது 'தமிழக ஆட்சி' என்ற நூலில், கி.பி. 300 முதல் 900 வரையில் தமிழகத்தின் பெரும்பகுதி பல்லவர் என்ற அயல் அரச மரபினால் ஆளப்பட்டது"[25] என்று குறிப்பிட்டுள்ளார்.

கி.பி. மூன்றாம் நூற்றாண்டு முதல் எட்டாம் நூற்றாண்டுக்கு இடைப்பட்ட காலத்திலே களப்பிரர் என்னும் வேற்றரசர்கள் தமிழ்நாட்டை ஆண்டனர் என்பதும் அக்காலம் தமிழ்நாட்டின்

இருண்ட காலம் எனக் கருதப்படுகிறது என்பதும் வரலாற்று உண்மைகள் ஆகும். இதற்கு ஆதாரமாக வேள்விக்குடியில் கிடைத்த செப்பேடும் கன்னடக் கல்வெட்டு ஒன்றும் அமைகின்றன.

"களப்பிரர் காலத்தில் தமிழ்மொழிக்குத் தாழ்வும், பிராகிருதத்துக்கும் பாலிமொழிக்கும் அரசாங்கச் செல்வாக்கும் கிடைத்தன"[26] என்று களப்பிரர் காலத்தில் தமிழ்மொழியின் நிலையைக் கே.கே. பிள்ளை குறிப்பிட்டுள்ளார்.

"வேள்விக்குடிப் பட்டயத்திலிருந்து களப்பிரர் ஆட்சி கி.பி.575இல் பாண்டியன் கடுங்கோனால் முடிவிற்குக் கொண்டுவரப்பட்டது. எனினும் களப்பிரரின் ஆட்சியின் தொடக்கம் குறித்து உறுதியாகத் தெரியவில்லை. அறிஞர்கள் மூன்றாம் நூற்றாண்டின் மத்தியில் களப்பிரர் ஆட்சி தொடங்கியிருக்கலாம் என்று கருதுகின்றனர்"[27] என்பார்.

களப்பிரர்களின் ஆட்சியையும் அதற்குப் பின்னர் வந்த பல்லவர்களின் ஆட்சியையும் அடிமை ஆட்சி என்றும் அக்காலத்தில் தமிழர்கள் அடிமைகளாக இருந்தனர் என்றும் சி.பா.ஆதித்தனார் தெரிவித்துள்ளார்.

மாலிக்காஃபூர் படையெடுப்பு

தமிழ்நாட்டில் மாலிக்காஃபூரின் படையெடுப்புத் தமிழ்நாட்டுச் செல்வங்களைக் கொள்ளையிடும் நோக்கிலேயே அமைந்துள்ளது. அவன், தமிழ்நாட்டில் பாண்டிய மன்னர்களிடையே நடந்த பதவிச் சண்டையைப் பயன்படுத்திக் கொண்டான்.

"மாலிக்காஃபூர் படையெடுப்பு நாட்டைக் கைப்பற்றும் நோக்கிலோ அல்லது இஸ்லாமிய சமயத்தைப் பரப்பவேண்டும் என்ற நோக்கிலோ ஏற்பட்டதன்று. தென்னிந்திய அரசர்களிடமும் ஆலயங்களிலும் குவிந்திருந்த செல்வத்தைக் கொள்ளை கொள்வதே நோக்கமாகும்"[28] என்பர்.

"அலாவுதீன் கில்ஜியின் படைத்தலைவனான மாலிக்காஃபூர் ஒரு பெரும்படையுடன் தெற்குநோக்கி வந்துகொண்டிருந்தான். சுந்தரபாண்டியன் அவனை அண்டிப் படைத்துணை அளிக்கும்படி விண்ணப்பித்துக் கொண்டான். மாலிக்காஃபூர் எந்தவிதமான

உதவியை அவனுக்கு அளித்தான் என்பது தெளிவாகவில்லை. அன்றிச் சுந்தரபாண்டியனை மீண்டும் அரியணை ஏற்றி அவனுக்குப் பாதுகாப்பு அணி ஒன்றை நிறுத்திச் சென்றதாகவும் தெரியவில்லை. மாலிக்காஃபூர் மதுரையைத் தாக்கினான். வீரபாண்டியன் மதுரையைவிட்டு வெளியேறிப் பல இடங்களுக்கும் ஓடிஓடி ஒளிந்து மாலிக்காஃபூருக்குத் தொல்லை கொடுத்தான். நாடு முழுவதுமே மிகப்பெரியதொரு போர்க்களமாயிற்று"[29] என்று மாலிக்காஃபூர் படையெடுப்புப் பற்றி அறியமுடிகிறது.

மதுரையைத் தாக்கிய மாலிக்காஃபூர் இராமேசுவரம் வரை சென்றதாகவும் அங்கு ஒரு மசூதியைக் கட்டியதாகவும் வரலாறு கூறுகிறது. சுந்தரபாண்டியனின் சிற்றப்பனான விக்கிரம பாண்டியன் பெரும்படையொன்றைத் திரட்டி மாலிக்காஃபூர் மேல் ஏவினான். அக்கடுந்தாக்குதலினின்றும் மாலிக்காஃபூர் தப்பிப் புறமுதுகிட்டு ஓடியதாகவும், பின்வாங்கும்போது 512 யானைகள் 5,000 குதிரைகள் ஆகியவற்றுடனும் தங்க அணிகளுடனும் மதுரையைவிட்டு 1311இல் வெளியேறினான்[30] என்றும் வரலாறு தெரிவிக்கிறது.

இந்த வரலாற்று நிகழ்ச்சியையே சி.பா. ஆதித்தனார் தமது 'தமிழப் பேரரசு' என்னும் நூலில்,

"டெல்லியிலே அரசு புரிந்த உருது சுல்தானுடைய படைத்தலைவன் மாலிக்காஃபூர் என்பான் கி.பி.14ஆம் நூற்றாண்டுத் தொடக்கத்தில் தமிழ்நாட்டுக்குள் நுழைந்து நாட்டைக் கொள்ளையிட்டான். மாலிக்காஃபூர் 600 யானைகளையும் 20,000 குதிரைகளையும் ஒரு லட்சம் பெட்டிகள் நிறைய பொன், முத்துகளையும் கொள்ளையடித்துச் சென்றான்"[31] என்று குறிப்பிட்டுள்ளார்.

மாலிக்காஃபூர் படையெடுப்பிற்குப் பிறகு தமிழ்நாட்டின் பல பகுதிகளில் வீரகேரளன் என்னும் மன்னனின் ஆட்சி நிகழ்ந்தது என்றும் அவன் கொடுங்கோல் ஆட்சி புரிந்தான் என்றும் ஆதித்தனார் குறிப்பிட்டுள்ளார்.

வீரகேரளன் திருவாங்கூரை ஆண்டவன் என்றும் அவன்,சேர, சோழ, பாண்டியரை வென்று சீர்காழியிலும் காஞ்சியிலும் அவனது படைகளை நிறுத்தினான் என்றும் தமிழ்நாடு முழுவதும்

அவனது கொடுங்கோல் ஆட்சிக்கு உட்பட்டுக் கிடந்தது[32] என்றும் குறிப்பிட்டுள்ளார்.

பதினான்காம் நூற்றாண்டின் இறுதியில் வீரகேரளனது கொடுங்கோல் ஆட்சியில் வாடிய தமிழ் மக்கள் விஜயநகரப் பேரரசர் அவனைத் தோற்கடித்தது குறித்து மகிழ்ச்சி அடைந்தனர். ஆனால், ஆந்திரப் படைத்தலைவன் கெம்பண்ணன் என்பான் தமிழ்நாட்டைக் கைப்பற்றித் தமிழ்நாடு முழுவதையும் விஜயநகர ஆந்திரர்களுக்கு அடிமைப்படுத்தினான் என்று குறிப்பிட்டுள்ளார்.

சேர, சோழ, பாண்டிய மன்னர்கள் தம் வலி இழந்து வாழ்ந்த காலத்தில் தமிழ்நாட்டை அடிமைப்படுத்தி ஆண்ட வீரகேரளன் ஒழிந்தால் போதும் என்று விஜயநகர ஆட்சிக்கு மகிழ்ந்த மக்களுக்குக் கெம்பண்ணனின் கொடுங்கோன்மையும் அவன் தமிழ்நாட்டை அடிமைப்படுத்திய தன்மையும் வெறுப்பைத் தந்தன. இருந்தாலும் வேறு வழியின்றித் தாங்கிக்கொண்டனர் என்பதை,

“விஜயநகரப் பேரரசின் படைத்தலைவர்கள் இக்கேரி, ஸ்ரீரங்கப்பட்டணம், வேலூர், செஞ்சி, மதுரை ஆகிய இடங்களில் வீற்றிருந்து தமிழ் மக்கள் மீண்டும் தலைதூக்கா வண்ணம் நேரடி ஆட்சி புரிந்தனர். தமிழ் அரசர்கள் மறைந்த பின்னர் யார் ஆண்டால் என்ன? என்று எண்ணிப் பிற நாட்டவர்களுக்கு அடங்கி, அடிமையில் ஊறி, போர் வலி இழந்து கிடந்தனர் தமிழ் மக்கள்”[33] என்றுகூறித் தமிழ் மக்களின் வலியிழந்த நிலையை விளக்கியுள்ளார் சி.பா. ஆதித்தனார்.

கெம்பண்ணனின் ஆட்சி, கொடுங்கோல் ஆட்சி என்று வரலாற்றில் இடம்பெறவில்லை என்றாலும், தமிழ்நாட்டை ஆண்டான் என்ற வரலாறு தெளிவாக இருக்கிறது.

இதைப்போலவே வீரகேரளன் வரலாறும் தமிழ்நாட்டு வரலாற்றுடன் பின்னப்படவில்லை என்றாலும் விஜயநகரப் பேரரசு தமிழ்நாட்டைக் கைப்பற்றும்போது பாண்டியநாட்டை ஆண்ட மன்னர்களின் வரலாறு தெளிவாக இல்லை. தென்காசிப் பாண்டியர்கள் வரலாறு தெளிவாகத் தெரிவதைப்போல் மற்ற பகுதிகளை ஆண்டவர்களின் வரலாறு தெரியவில்லை. எனவே, வீரகேரளனின் ஆட்சி அக்காலத்தில் நிகழ்ந்திருக்கலாம் என்று கருத இடமுண்டு.

பாண்டிய மன்னர்களும் சோழ மன்னர்களும் மாலிக்காஃபூரின் படையெடுப்பினால் துவண்டிருந்த வேளையில் கேரளமன்னன் இரவிவர்மன் குலசேகரன் என்பவன் சோழ, பாண்டிய மன்னர்களை வென்றதாகக் கே.கே. பிள்ளை குறிப்பிட்டுள்ளார்.[34]

நாயக்கர்கள் ஆட்சிக்குப் பிறகு, தமிழ்நாடு முழுவதும் உருது நவாபுகளின் ஆட்சிக்கு உட்பட்டது. பின்னர், பிரெஞ்சுக்காரர்கள் வசம் சில பகுதியும் ஆங்கிலேயர் வசம் பெரும் பகுதியும் அடிமையாயின என்னும் வரலாற்று நிகழ்ச்சிகளை, "நாயக்க அரசர்களுக்குப் பின் சந்தா சாகிப், ஐதர் அலி முதலிய உருது நவாபுகள் தமிழ்நாட்டைக் கைப்பற்றினர். அவர்களுக்குப்பின் ஆங்கிலேயர்கள் தமிழகத்தை அடிமைப்படுத்தினர்"[35] என்று தமிழப்பேரரசு என்னும் நூலில் ஆதித்தனார் குறிப்பிட்டுள்ளார்.

இவ்வாறு, தமிழ்நாடு வேற்றரசர்களுக்கு அடிமைப்பட்டுக் கிடந்ததால் விடுதலைபெற்ற பிறகும் அடிமைநிலை மாறாமல் அவலநிலை அடைந்துள்ளது. இந்நிலையைக் கண்டு உளம் வருந்திய ஆதித்தனார் தில்லி ஆட்சியைவிட்டுத் தமிழ்நாடு தனிநாடாக மலர வேண்டும் என்று கருதினார். தில்லி அரசினர் தமிழ்நாட்டிலிருந்து வரி என்ற பெயரில் கொண்டு செல்லும் தமிழ்நாட்டுச் செல்வத்தை எல்லாம் தடை செய்து தமிழரே தமக்காகவும் தமிழ்மொழியின் வளத்திற்காகவும் பயன்படுத்த வேண்டும் என்றார்.

தில்லி அரசினரின் அடிமைத் தமிழ்நாடு

"டெல்லி சர்க்கார், வரி என்ற பெயரில் தமிழ்நாட்டில் இருந்து, ஆண்டு ஒன்றுக்கு ரூ.50 கோடி அள்ளிக்கொண்டு போகிறார்கள்.

இவ்வாறு போகிற பணத்திற்குக் 'கப்பம்' என்ற பெயர்தான் பொருந்தும். டெல்லி சர்க்கார் வசூலிக்கின்ற வரிப்பணம் தமிழ்நாட்டில் செலவாகாமல் டெல்லிக்குப் போவதால் டெல்லி சர்க்கார் விதிக்கிற வரி 'கப்பவரி' என்ற தன்மையை உடையதாக இருக்கிறது"[36] என்று தமிழ்நாட்டுச் செல்வம் தில்லி அரசுக்குச் செல்வதை வெளிப்படுத்தியுள்ளார்.

வரி என்ற பெயரில் செல்லும் பணம் மட்டுமல்லாமல் தில்லி அரசின் நிர்வாகத்தின்கீழ், தமிழ்நாட்டில் இயங்கும்

நிறுவனங்களும் தமிழ்நாட்டு வளங்களைச் சுரண்டுகின்றன என்பதை,

"டெல்லி சர்க்கார் நடத்துகிற, வாணிபக் கம்பெனிகளாகிய ஆயுள் இன்சூரன்சு, சர்க்கார் வர்த்தக நிலையம், சிந்திரி உர உற்பத்தித் தொழிற்சாலை, இரும்புத் தொழிற்சாலைகள் ஆகிய தொழில்களில் கிடைத்த லாபத்தில் தமிழ்நாட்டுக்குத் தரப்பட வேண்டிய பங்கு ரூ.75 கோடி"[37] என்று தமிழ்நாட்டிலிருக்கும் தில்லி அரசின் நிறுவனங்கள் பெறும் இலாபங்கள் தமிழ்நாட்டுக்குச் சேர வேண்டியவை; ஆனால், அவை வடமாநிலங்களின் வளர்ச்சிப் பணிக்குச் செலவிடப்படுகின்றன என்று குறிப்பிட்டார்.

"வெளிநாடுகளில் டெல்லி சர்க்கார் வாங்கிய உதவித்தொகை முழுவதையும் வடநாட்டில் செலவு செய்கிறார்களேயொழிய, அதில் தமிழ்நாட்டுக்கு உரிய நியாயமான பங்கு நமக்குக் கொடுக்கப்படவில்லை. வெளிநாட்டவர்கள் கொடுத்த உதவி தமிழ்நாட்டிற்கும் சேர்த்துக் கொடுக்கப்பட்டது"[38] என்று வெளிநாடுகளில் இருந்து வரும் உதவிப்பணம் முழுவதும் வடமாநிலங்களில் செலவிடப்படுகின்றன; தமிழ்நாட்டிற்கு உரிய பங்கு தரப்படுவதில்லை என்பதை விளக்கி உள்ளார்.

இத்தகைய நிலைகள் தமிழ்நாட்டைவிட்டு நீங்க வேண்டும் என்றால் என்ன வழி என்பதைச் சிந்தித்த ஆதித்தனார், "டெல்லி ஆதிக்கத்தில் இருந்து விடுபட்டு, தமிழ்நாடு சுதந்திரம் அடைந்தால்தான் இந்தச் சுரண்டல் நிற்கும். தமிழ்நாட்டில், தமிழர்கள் செய்த பொருட்களை வாங்கி ஆதரிப்பதன் மூலம் இந்தச் சுரண்டல் ஓரளவுக்குக் குறையும் என்று சொல்லலாம். ஆனால், சுரண்டல் முழுவதும் நிறுத்துவதற்குத் தமிழ்நாடு சுதந்திரம் அடைவதைத் தவிர வேறு வழியில்லை"[39] என்றும் தமிழ்நாட்டுப் பொருட்களை வாங்க வேண்டும் என்பதையும் தமிழ்நாடு தனிநாடாக மலரவேண்டும் என்பதையும் தெரிவித்தார்.

தமிழ்நாட்டு வறுமை

மனிதனுக்கு இன்றியமையாதவை உணவு, உடை, உறைவிடம். இம்மூன்றும் இல்லாமல் தமிழ்நாட்டில் ஆயிரக்கணக்கான மக்கள் அல்லல் அடைகின்றனர். தமிழ்நாட்டில் அமைய வேண்டிய தொழிற்சாலைகள் அண்டை மாநிலங்களில் அமைவதுதான் இந்நிலைக்குக் காரணம் என்பதை

“டெல்லிக்காரர்கள் கையில் ஆட்சி வந்தபிறகு தமிழ்நாட்டின் வறுமை மேலும் அதிகப்பட்டிருக்கிறது. கதரைப் பெருக்கியதால் வறுமை தீர்ந்தபாடில்லை.

வறுமைக்கு மருந்து தொழிற்சாலைகள். வேலையில்லாத எல்லோருக்கும் வேலை கொடுக்கக்கூடிய புதிய தொழிற்சாலைகளை ஊசி முதல் கப்பல் வரை செய்யக்கூடிய தொழிற்சாலைகளைத் தமிழ்நாட்டில் அமைத்துத் தமிழ்மக்களுக்கு வேலை கொடுக்க முடியும்”[40] என்றுகூறித் தமிழ்நாட்டு வறுமையைப் போக்க வழிகளை எடுத்துரைத்தார்.

தொழிற்சாலைகள் சங்ககாலந்தொட்டே தமிழ்நாட்டில் இருந்திருக்கின்றன என்பதை 24-12-1989 தேதியிட்ட தினமணி “தொல்லியல் துறைக் கண்டுபிடிப்பு - கி.மு.3ஆம் நூற்றாண்டிலேயே தமிழகத்தில் இரும்பு, மணிக்கல் தொழில்” என்று தலைப்பிட்டு விளக்கியுள்ளது. ‘கொங்கு நாட்டில் நொய்யலாற்றின் இடது கரையில் அமைந்துள்ள பெருங்கற்கால மனிதர்களின் வாழ்விடம் மற்றும் இடுகாடாக இருந்த கொடுமணல் என்ற இடத்தில் இரும்பு, உருக்குப் பொருட்கள் தயாரிப்பு, உயர்ந்த மணிக்கற்கள் பட்டை தீட்டும் தொழிற்சாலைகள் இருந்ததற்கான ஆதாரங்கள் கிடைத்துள்ளன”[41] என்று கே.ராஜன் என்பார் குறிப்பிட்டுள்ளார்.

எந்திரமயம்

“வறுமைநிலை நீங்க வேண்டுமானால் பல்வகை எந்திரங்களைப் புகுத்தி உற்பத்தியைப் பெருக்கவேண்டும். எந்திரங்களைக் குறைத்துக் கை உழைப்பை மிகுதிப்படுத்த வேண்டும் என்பது வடநாட்டவரின் பண்பாடு. ஆனால், அது தமிழர்களின் பண்பாடு அல்ல”[42] என்று கூறிய ஆதித்தனார் பண்டைத்தமிழ் நூல்களில் எந்திரங்கள் இடம் பெற்றிருந்ததைக் குறிப்பிட்டுள்ளார்.

> புலவர் பாடும் புகழுடையோர் விசும்பின்
> வலவன் ஏவா வானவூர்தி
> எய்துப என்ப...[43]

என்னும் புறநானூற்றுப் பாடலில் விமானி இல்லாமலேயே சங்ககாலத்தில் வானவூர்தி இயங்கியிருக்கிறது என்னும் கருத்துப் புலனாகிறது.

அருப்பேந்திய கலசத்துணை அமுதேந்திய மதமா
மருப்பேந்திய எனலாம் முலை மழையேந்திய குழலாள்
கருப்பேந்திரம் முதலாயின கண்டாளிடர் காணாள்
பொருப்பேந்திய தோளாளொடு விளையாடினள்[44]

என்னும் கம்பராமாயணப் பாடலும்,

ஆலைவாய்க் கரும்பின் தேனும்;
அரிதலைப் பாளைத் தேனும்;
சோலை வீழ்கனியின் தேனும்;
தொடை இழிஇறாலின் தேனும்; [45]

என்னும் கம்பராமாயணப் பாடலும் அக்காலத்திலேயே கரும்பாலை இருந்ததை உணர்த்துகின்றன. இதையே, "இன்றைக்கு இரண்டாயிரம் ஆண்டுகளுக்கு முன்னால் வாழ்ந்த இமயவரம்பன் நெடுஞ்சேரலாதன் ஆட்சியின்கீழ், தமிழ்நாட்டின் செழிப்பு 'தீம்பிழி எந்திரம் பத்தல் வருந்த' என்று பதிற்றுப்பத்தில் வருணிக்கப்பட்டுள்ளது"[46] என்று ஆதித்தனார் குறிப்பிட்டுள்ளார்.

"சங்ககாலப் பாண்டியர் தலைநகரில் மதில்மீது அரிய பொறிகள் பல அமைக்கப்பட்டு இருந்ததாகச் சிலப்பதிகாரத்தில் கூறப்பட்டுள்ளது. வளைந்து தானே எய்யும் வில், இரும்பு உருக்கும் உலைகள், பகைவரின் உடலைக் கிழிக்கும் பன்றிப்பொறி இவை போன்ற இருபது வகை எந்திரங்கள் பயன்பட்டதாகக் கூறப்பட்டு இருக்கிறது"[47] என்று ஆதித்தனார் குறிப்பிட்டுள்ளார். இதைச் சிலப்பதிகார மதுரைக்காண்டத்திலுள்ள அடைக்கல காதையின்,

மிளையும் கிடங்கும் வளைவில் பொறியும்
கருவிரல் ஊகமும் கல்லுமிழ் கவணும்
பரிவுறுவெந்நெயும்; பாகடு குழிசியும்
காய்பொன் உலையும்; கல்லிடு கூடையும்
தூண்டிலும் தொடக்கும் ஆண்டலை அடுப்பும்
கவையும் கழுவும் புதையும் புழையும்
ஐயவித் துலாமும் கைபெயர் ஊசியும்
சென்றெறிசிரலும் பன்றியும் பணையும்
எழுவும் சீப்பும் முழுவிறற் கணையமும்
கோலும் குந்தமும் வேலும் பிறவும்
ஞாயிலும் சிறந்து[48]

என்னும் அடிகள் மெய்ப்பிக்கின்றன.

சீவகசிந்தாமணியின் நாமகள் இலம்பகத்தில் இராசமாபுரத்தில் உள்ள மதில்களின் சிறப்பைக் கூறுமிடத்து, அம்மதில்களில் இருந்த எந்திரங்களைக் குறிப்பிடுகிறார் திருத்தக்கதேவர்.

> மாற்றவர் மறப்படை மலைந்து மதில் பற்றின்
> நூற்றுவரைக் கொல்லியொடு தூக்கியெறி பொறியும்
> தோற்றமுறு பேய்களிறு துற்று பெரும்பாம்பும்
> கூற்றமன கழுகு தொடர்குந்தமொடு கோண்மா,
>
> விற்பொறிகள் வெய்யவிடுகுதிரை தொடரயில்வாள்
> கற்பொறிகள் பாவையென மாடமடு செந்தீக்
> கொற்புனைசெய் கொள்ளி பெருக்கெழில் செய்கூகை
> நற்றலைக டிருக்கும் வலிநெருக்கு மரநிலையே.
>
> செம்புருகு வெங்களிக ளுமிழ்வ திருந்த தெங்கும்
> வெம்புருகு வட்டமிழ்வ வெந்நெய் முகந்துமிழ்வ
> அம்புமிழ்வ வேலுமிழ்வ கல்லுமிழ்வ வாகித்
> தம்புலங்களால் யவனர்தாட் படுத்த பொறியே[49]

இவற்றின் மூலம் தமிழ்நாட்டில் எந்திரத்தின் பயன்பாடு பழங்காலம் முதல் இருந்திருக்கிறது என்பது புலனாகிறது. எனவே, தமிழ்நாட்டின் வறுமை நிலையைப் போக்க எந்திரங்கள் பயன்படுத்தப்பட வேண்டியது இன்றியமையாதது என்னும் கருத்துக்கு எதிர்க்கருத்து இல்லை என்பது அறியலாகிறது.

தமிழ்நாட்டுக் கனிப்பொருட்கள்

"தமிழ்நாட்டின் பல பகுதிகளில் ஏராளமாக இரும்பு, அலுமினியம், மாக்னசைட், பழுப்பு நிலக்கரி, சுண்ணாம்புக்கல், வெள்ளைக் களிமண் முதலிய மூலப்பொருட்கள் கிடைக்கின்றன. இவற்றைக்கொண்டு பல தொழிற்சாலைகளைக் கட்டவேண்டும்.

சேலம் மாவட்டத்தில் இரும்பு ஏராளமாகப் பூமியில் இருந்தபோதிலும் உபயோகப்படுத்தப்படாமல் இருந்துவருகிறது. இந்த இரும்பை உபயோகித்துக் கடிகாரம், சைக்கிள், மோட்டார்கள், எந்திரங்கள் முதலியவை செய்யும் தொழிற்சாலைகளை ஏற்படுத்தவேண்டும். இதனால், இலட்சக்கணக்கான தமிழ் மக்களுக்கு வேலை வாய்ப்பு உண்டாகும்"[50] என்று தமிழ்நாட்டில் கிடைக்கும் கனிமச்

செல்வங்களையும் அவற்றைப் பயன்படுத்தித் தொழில்வளத்தைப் பெருக்கும் வகையையும் ஆதித்தனார் குறிப்பிட்டுள்ளார்.

கடல்செல்வம்

"தமிழ்நாட்டுக்கு நீளமான கடற்கரை இருப்பதால் தமிழ்மக்கள் பண்டைக்காலத்தைப் போல் மீண்டும் கப்பல் தொழிலில் ஈடுபட வேண்டும். அதற்கு ஏற்ற வாய்ப்புகள் உள்ளன. திருநெல்வேலி மாவட்டத்தில் பழைய காலத்தில் துறைமுகமாக இருந்த கொற்கையிலும் தூத்துக்குடியிலும், இராமநாதபுரம் மாவட்டத்தில் கீழக்கரையிலும் தொண்டியிலும், தஞ்சாவூர் மாவட்டத்தில் அதிராம்பட்டினம், காவிரிப் பூம்பட்டினம், நாகப்பட்டினம், கோடியக்கரை முதலிய இடங்களிலும் மற்றும் காரைக்கால், புதுச்சேரி ஆகிய இடங்களிலும் பெரிய துறைமுகங்களையும் கப்பல் கட்டும் தளங்களையும் ஏற்படுத்த வேண்டும். இதனால், பல்லாயிரக்கணக்கான தமிழ் மக்களுக்கு வேலை வாய்ப்புக் கிடைக்கும்"[51] என்று கடல்வளம் முழுவதும் தமிழ்நாட்டில் பயன்படுத்தப்பட வேண்டும் என்றும், சங்ககாலத்தில் சிறப்புற்றிருந்த கப்பல் கட்டும் தொழிலும் சிறப்புற வேண்டும் என்றும் தெரிவித்துள்ளார்.

> நளி இருமுந்நீர் நாவாய் ஓட்டி
> வளிதொழில் ஆண்ட உரவோன் மருக[52]

என்று வெண்ணிக்குயத்தியார் என்னும் புலவர், கரிகாற் பெருவளத்தானைப் பாடும் புறநானூற்றுப் பாடல், தமிழ்நாட்டில் செழிப்புற்றிருந்த கடல் வணிகத்தைக் காட்டுகிறது.

> நீரினின்று நிலத்தேற்றவும்
> நிலத்தினின்று நீர்பரப்பவும்
> அளந்தறியாப் பலபண்டம்
> வரம்பறியாமை வந்தீண்டி[53]

என வரும் பட்டினப்பாலை அடிகளில், துறைமுகத்திலும் கப்பலிலும் நிறைந்துகிடக்கும் பண்டங்கள் காட்டப்படுகின்றன.

> வெளிவிளக்கும் களிறுபோலத்
> தீம்புகார்த் திரை முன்றுறைத்
> தூங்கு நாவாய் துவன்றிருக்கை[54]

என்னும் பட்டினப்பாலை அடிகளாலும்,

> பொன்மலிந்த விழுப்பண்டம்
> நாடார நன்குஇழிதரும்
> ஆடியற் பெருநாவாய்[55]

என்னும் மதுரைக்காஞ்சி அடிகளாலும் பண்டைத்தமிழர்களின் கடல் வணிகமும் கப்பல் கட்டும் சிறப்பும் புலனாகும்.

உப்பு

"தமிழ்நாட்டுக்கு இயற்கையாகக் கடலும் சூரிய வெப்பமும் இருக்கிறபடியால் இங்கே கடல் உப்பு விளைவதைப்போல் வேறு எங்கும் விளைவது இல்லை. ஐரோப்பிய அமெரிக்க நாடுகளுக்கு இந்த உப்பை ஏற்றுமதி செய்வதன் மூலம் கடல் வணிகத்தைப் பெருக்கலாம். மேலும், கடல் உப்பு முக்கியமான இரசாயனப் பொருளாக இருப்பதாலும், அது சூரிய வெப்பத்தின் காரணமாகத் தானாகத் தமிழ்நாட்டில் விளைகிறபடியாலும் அதைக்கொண்டு சோடா உப்பு, பைகார்பனேட், சலவை உப்பு முதலியவற்றை உற்பத்தி செய்யலாம்"[56] என்று தமிழ்நாட்டில் கிடைக்கும் கடல் வளமாகிய உப்பை ஏற்றுமதி செய்வது குறித்து ஆதித்தனார் குறிப்பிட்டுள்ளார்.

> உவர்வினை உப்பின் குன்றுபோல்...[57]

> தம்நாட்டு விளைந்த வெண்ணெல் தந்து
> பிறநாட்டு உப்பின் கொள்ளை சாற்றி...[58]

> ... ஊர்கடல்
> ஓதம்சென்ற உப்புடைச் செறுவில்...[59]

> உமணர்தந்த உப்பு நொடை நெல்லின்[60]

> இருங்கழிச் செறுவின் வெள்உப்பு விளையும்
> அழியா மரபின் நம்மூதூர் நன்றே...[61]

> உவர்விளை உப்பின் உழாஅ உழவர்[62]

> கடுவெயில் கொதித்த கல்விளை உப்பு[63]

என்னும் நற்றிணைப் பாடல்களில் உப்புக் குறித்து வரும் அடிகளும்,

> இருங்கழிச் செறுவின் வெள்ளுப்புப் பகர்நரோடு[64]

இருங்கழிச் செறுவிற்றீம்புளி வெள்ளுப்பு[65]

என்னும் மதுரைக்காஞ்சி அடிகளும் சங்ககாலந்தொட்டே தமிழ்நாட்டில் உப்புப் பெற்றிருக்கும் ஏற்றத்தை உணர்த்தும்.

முத்து

"தமிழ்நாட்டுக் கடலில் முத்து இயற்கையாக விளைகிறது. கொற்கைப் பாண்டியன் காலத்தில் கொற்கையில் முத்து விளைந்ததாக வரலாறு கூறுகிறது. ஆகவே, தற்காலத்துக்கு ஏற்பச் செயற்கை முத்து உண்டாக்குகிற தொழிலை ஏற்படுத்தி, ஜப்பானில் ஒன்றரை லட்சம் பேர் இத்தொழிலில் ஈடுபட்டிருப்பதைப்போல இங்கும் பல்லாயிரக்கணக்கான பேர்களுக்கு வேலை கொடுக்கவேண்டும்"[66] என்று தமிழ்நாட்டுத் தொழில்வள மேம்பாட்டுக்கு வழிகாட்டியுள்ளார் ஆதித்தனார்.

கடல் தருமணியொடும் முத்து யாத்த நேரணி[67]

என்னும் பரிபாடலின் முதற்பாடலில் மணியும் முத்தும் விரவிய அணியைத் திருமால் அணிந்திருந்ததாகத் தெரிவிக்கப்பட்டுள்ளது.

கைவல் கம்மியன் கவின்பெறக் கழாஅ
மண்ணாப் பசுமுத்து ஏய்ப்ப...[68]

என்னும் நற்றிணைப்பாட்டும்,

முத்து உறழ் மணல் எக்கர்...[69]

என்னும் நெய்தற்கலிப்பாடலும் முத்துப்பெறுமிடத்தை விளக்குகின்றன.

குடமலைப்பிறந்த ஆரமும் அகிலும்
தென்கடல் முத்தும் குணகடல் துகிரும்[70]

என வரும் பட்டினப்பாலை அடிகளும்,

சீருடைய விழுச்சிறப்பின்
விரைந்து முதிர்ந்த விழுமுத்தின்
இலங்குவளை இருஞ்சேரி[71]

என்று வரும் மதுரைக்காஞ்சி அடிகளும் சங்ககாலம் முதல் தமிழ்நாட்டில் முத்துக் கிடைத்ததையும் முத்துக் குளித்ததையும் உணர்த்தும்.

தமிழ்நாடு

இயற்கைச் செல்வங்களும் அவற்றின் மூலம் பல வளங்களை உருவாக்கும் உறுதியும் கொண்ட ஓர் இனம் இன்னோர் இனத்திற்கு அடிமைப்பட்டுக்கிடந்தால் அந்த அடிமைத்தனம் நீடிக்காது.

ஒரு நாடு என்பது புவியியல் வரையறையை மட்டும் கொண்டதல்ல. அதற்கு மேலும் மக்கள் நடுவே உள்ள மொழி இன உணர்வு ஒருமைப்பாட்டை அடிப்படையாகக் கொண்டது ஆகும் என்பதை ஸ்பிரிங்கர் என்பார் கீழ்க்கண்டவாறு குறிப்பிட்டுள்ளார்.

"எண்ணமும் செயலும் ஒத்த தன்மையில் அமைந்த மக்கள் கூட்டமே நாடு; புவியியல் வரையறைகளை விடவும் நாகரிக ஒருமையே நாட்டை – நாடு பற்றிய கருத்தை வரையறுப்பதற்கு இன்றியமையாதது"[72] என்னும் கருத்து, புவியியல் வரையறைக்குத் தரும் சிறப்பைவிட எண்ணம், செயல் ஒத்த மக்கள் கூட்டத்திற்குச் சிறப்புத் தருகிறது.

தமிழ்நாடு புவியியல் அளவில் சிறியது என்று கருத்துத் தெரிவித்தவர்களுக்கு ஆதித்தனார் கீழ்க்கண்டவாறு விடை பகிர்ந்து உள்ளார்.

"தமிழ்நாடு ஒரு சிறிய நாடு என்று சொல்லிவிட முடியாது. 400 இலட்சம் தமிழர்கள் வாழுகிற நம் தமிழகம் தனி, சுதந்திர நாடாக இயங்குமானால் அது எகிப்து நாட்டைவிடப் பெரிதாக இருக்கும். 2 கோடி மக்கள் தொகை உள்ள எகிப்து நாடு, பிரிட்டன், பிரான்சு முதலிய தேசங்களை எதிர்த்து அடித்தது நினைவு இருக்கலாம்''[73] என்று தமிழ்நாட்டைவிடச் சிறிய நாடாகிய எகிப்து நாட்டைக்கூறி, சிறிய நாடு தனிநாடாக இருக்க இயலாது என்போருக்கு விடையளித்துள்ளார்.

"உலகில் உள்ள சுதந்திர நாடுகளில் 74 நாடுகள் தமிழ்நாட்டைவிடச் சிறியவை. அந்த நாடுகள் எல்லாம் உலக நாடுகள் சபையில் அங்கம் வகிக்கின்றன"[74] என்று தமிழ்நாட்டைவிடச் சிறிய நாடுகள் எல்லாம் உலக நாடுகள் சபையில் உறுப்பு நாடுகளாக இடம் பெற்றிருப்பதைத் தெளிவுறுத்தியுள்ளார்.

தமிழ்நாட்டை, அளவில் சிறியநாடு என்று கூறுவோர்க்குச் சி.என்.அண்ணாதுரை கீழ்க்கண்டவாறு விளக்கமளித்துள்ளார்.

"பெரிய நாடாக ஏன் இருக்க வேண்டும்? எதற்காக இருக்க வேண்டும்? ஒரு நாடு பெரிய நாடு சின்ன நாடு என்பதற்கு என்ன அடையாளம் வைத்திருக்கிறார்கள்? ஒரு நாடு இத்தனை மைல் நீளம், இத்தனை மைல் அகலம் இருக்கவேண்டுமென்ற கணக்கு இருக்கிறதா?"[75] என்று கேட்கிறார்.

தமிழ்நாடு தனியாகச் சிறிய நாடாக இருந்தபோதுதான் அறிவுத்துறையில் சிறந்து விளங்கியது என்பதைத், "தமிழகம் தனியாக இருந்தபோதுதான் திருக்குறளை இயற்றிய வள்ளுவர் பிறந்தார். அப்போதுதான் நம்முடைய நாட்டிலே அகமும் புறமும் இயற்றப்பட்டன. எட்டுத்தொகையும் பத்துப்பாட்டும் அந்தக் காலத்திலேதான் தோன்றின. ஆகவே, விரிவாக இருந்தால்தான் அறிவு பரவும் என்று பொருளல்ல"[76] என்று விளக்குகிறார்.

தனிச்சிறப்புக்கொண்ட தமிழ்நாடு இந்தியாவில் ஒரு மாநிலமாக இருக்கிறது. தமிழ்நாட்டில் உள்ள மக்களின் தனிச்சிறப்புக்குப் பாதிப்பு ஏற்படாத வகையில் சட்டம் இந்திய நாடாளுமன்றத்தில் உருவாக வேண்டுமென்றால் பெரும்பான்மை உறுப்பினர்கள் தமிழர்களாக இருக்கவேண்டும். ஆனால், இந்திய நாடாளுமன்றத்தில் தமிழ்நாட்டு உறுப்பினர்கள் சிறுபான்மையினராகவே இருக்கின்றனர்.

"டெல்லி பாராளுமன்றத்தில் 40 பேர் தமிழர்களும் 460 பேர் தமிழர் அல்லாதவர்களும் இருப்பதால் ஓட்டு உரிமை இருந்தபோதிலும் சிறுபான்மையினரான தமிழருக்கு அடிமைநிலை ஏற்படுகிறது."[77] என்று தமிழ்நாட்டின் சிறுபான்மை நிலையை ஆதித்தனார் விளக்கியுள்ளார்.

தமிழ்நாட்டு மக்கள் சிறுபான்மையர் என்ற நிலையிலிருந்து விடுபட்டுப் பெரும்பான்மையர் நிலையை அடைந்தால்தான் தமிழ்நாடும் தமிழ்மொழியும் வளம்பெறும் என எண்ணிய ஆதித்தனார் அயல்நாடுகளின் உதாரணங்களை விளக்கியுள்ளார்.

"முப்பது லட்சம் மக்கள் கொண்ட அயர்லாந்துக்காரர்கள் பிரிட்டன் தேசத்துடன் சேர்ந்திருந்த காலத்தில் அவர்களுடைய தாய்மொழி சீர் குலைந்து அயர்லாந்துக்காரர்கள்கூட

அந்தமொழியில் பேச வெட்கப்படும் நிலையில் இருந்தது. இன்னும் கொஞ்சகாலத்தில் 'ஐரீஷ்' மொழி அழிந்துபோகுமோ என்று பயப்படும் நிலைமை ஏற்பட்டது. ஆனால், அயர்லாந்துக்காரர்கள் அவர்களுக்குத் தனி நாடு வேண்டும் என்று கிளர்ச்சி செய்து சுதந்திரம் அடைந்தார்கள். தனியரசு ஏற்பட்டவுடன், அயர்லாந்து அரசாங்கம் தாய்மொழியான 'ஐரீஷ்' மொழியில் நடந்தது. சட்டங்கள் அந்த மொழியில் இயற்றப்பட்டன. படிப்படியாக அந்தமொழியின் நிலைமை உயர்வடைந்தது. இதேபோலத் தமிழர்களும் 'சுதந்திரத் தமிழ்நாடு' அடைந்தால்தான் தமிழ் மக்களும் தமிழ் மொழியும் தமிழ்நாடும் உலகத்தில் தலைநிமிர்ந்து வாழமுடியும்"[78] என்று அயர்லாந்து நாட்டு மக்கள் பெற்ற எழுச்சியை விளக்கித் தமிழர்களுக்கு எழுச்சியூட்டியுள்ளார் ஆதித்தனார்.

'ஒரு நாட்டை அழிக்கவேண்டும் என்றால் அவர்களின் மொழியை முதலில் அழிக்கவேண்டும்', 'ஒருநாடு உயரவேண்டும் என்றால் அந்நாட்டு மொழியை உயர்த்த வேண்டும்' என்னும் கருத்துக்கொண்ட ஆதித்தனார் தமிழ்மொழி தமிழ்நாட்டில் சிறப்படைய வேண்டும் என்று கருதினார்.

"வளர்ந்துவரும் தேசிய இன விழிப்புணர்ச்சி, ஒரு நாட்டின் தொன்றுதொட்ட எல்லைப்பகுதிகள் என்ற அடிப்படையிலோ அல்லது அவ்வப்போது உருவாகும் பூகோளத்தொடர்புகளின் அடிப்படையிலோ ஏற்படுவதில்லை. ஆனால், அது முழுக்கமுழுக்க தாய்மொழியின் அடிப்படையிலேயே ஏற்படுகிறது"[79] என்பார் டாயன்பீ என்னும் அறிஞர்.

இன விழிப்புணர்ச்சியைத் தாய்மொழியின் மூலமே ஏற்படுத்த முடியும் என்பதை இவ்வறிஞர் வெளிப்படுத்தி உள்ளதைப் போன்றே ஆதித்தனாரும் தாய்மொழியாம் தமிழ்மொழி ஆட்சி மொழியாக வேண்டும் என்றும் நாணயங்களில் பொறிக்கப்பட வேண்டும் என்றும் தெரிவித்தார்.

தமிழ்மொழிப் போராட்டம்

தமிழ்மொழிப் போராட்டம், தமிழ்நாட்டில் இன்று நேற்று தொடங்கப்பட்டதல்ல; சங்ககாலத்திலிருந்தே தொடர்ந்து நடைபெற்று வருகிறது.

"மொழியின் தூய்மை கெடாமல் இருக்கவேண்டும் என்ற விழிப்புணர்வு தொல்காப்பியர் காலத்திலேயே உருப்பெற்று விட்டதற்குச் சான்றுகள் உண்டு. வடமொழி, தமிழ்நாட்டில் செல்வாக்கு பெறத் தொடங்கியபோது அதை அப்படியே ஏற்றுக்கொள்ளாமல் தமிழ் நெறிகளுக்கேற்ப மாற்றங்கள் செய்யவேண்டும் என்று தொல்காப்பியர் கூறுமிடங்களில் இவ்வுணர்வை ஊகிக்க முடிகிறது"[80] என்று ப.கிருஷ்ணன் குறிப்பிட்டுள்ளார்.

> வடசொற் கிளவி வடவெழுத்தொரீஇ
> எழுத்தொடு புணர்ந்த சொல்லாகும்மே![81]

> மொழிபெயர்த்து அதர்ப்பட யாத்தல்[82]

என்னும் தொல்காப்பிய நூற்பாக்களில் இடம்பெறும் 'வடவெழுத் தொரீஇ' 'அதர்ப்பட யாத்தல்' என்னும் சொற்றொடர்கள் தமிழ்மொழியின் தனித்தன்மை பாதுகாக்கப்பட வேண்டும் என்றே இயம்புகின்றன.

"தொல்காப்பியத்தைவிடச் சங்க இலக்கியங்களிலும் சங்க இலக்கியங்களைவிட இரட்டைக் காப்பியங்களிலும் தமிழ் என்ற சொல் பயின்று வரும் இடங்கள் மிகுந்து காணப்படுவதே பழந்தமிழர், கால அடைவில் தன்னுணர்வு பெற்று வந்ததை அறிவதற்குரிய சான்றாக அமையும். சிலப்பதிகாரத்தில் ஆரியர் தமிழர்களுக்கிடையில் போர் நிகழ்ச்சி ஒன்று காட்டப்படுவதாலும் தன்னுணர்வோடு தன்னுணர்வு விழிப்பும், தன்முனைப்பும் அரசியல் விழிப்பும் மிகுதியாகத் தமிழர் பெற்றது புலனாகிறது"[83] என்னும் கருத்து, தமிழ்மொழிப் போராட்டம் தமிழ் மக்களிடையே படிப்படியாக வளர்ந்து வந்திருப்பதை விளக்குகிறது.

இரண்டாயிரம் ஆண்டுகளுக்கு முன்பே தொடங்கிய தமிழ்மொழிப் போராட்டம் ஆதித்தனார் காலத்திலும் தொடர்ந்தது. எனவே,

"தமிழ்நாட்டில் உபயோகிக்கப்படுகிற தபால் தலைகள் எல்லாவற்றிலும் இந்தி எழுத்துக்களே காணப்படுகின்றன. தமிழ்நாட்டில் சுத்த தமிழர்கள் வாழுகிற ஊர்களுக்குக் கடிதம் எழுத வேண்டுமானாலும் தபால்தலை என்று தபால் ஆபீசுகளில் கேட்டு வாங்கும்போதும் அங்கே இந்தி எழுத்துள்ள தபால்தலை

அல்லவா கொடுக்கப்படுகிறது. எந்தத் தபால் தலையிலாவது தமிழ் எழுத்து உண்டா? கிடையாதே!

தமிழ்நாடு டெல்லி ஆதிக்கத்தில் இருந்து விடுபட்டால்தான் 'எங்கும் தமிழ் எதிலும் தமிழ்' என்ற நிலை உருவாகும்"[84] என்று ஆதித்தனார் குறிப்பிட்டுள்ளார்.

"தமிழ்நாடு சுதந்திரநாடு ஆகவேண்டும் என்றால் 'தமிழருக்கு நிகரில்லை' என்ற நம்பிக்கை தமிழரிடம் பிறக்க வேண்டும். 'தமிழ்மொழி பெரிது, தமிழ் இரத்தம் பெரிது, தமிழ்நாடு பெரிது!!' என்ற உணர்ச்சி ஓங்கவேண்டும்"[85] என்று தமிழர்கள் தன்னம்பிக்கை பெறவேண்டும் என்பதை விளக்கியுள்ளார்.

நாட்டு வளர்ச்சிக்கு மொழி இன்றியமையாதது என்பதை, "ஒரு நாடு தனக்குரிய மொழியை ஆக்கமுற ஓம்பிப் பாதுகாத்தாலன்றி, தான் சிறந்த நிலை எய்துதல் அரிதாம். மொழி வளர்ச்சி கொண்டே அது வழங்கும் நாட்டின் நலத்தை உணரலாம். எந்த நாடு தன் மொழிச்சுவையை உணர்தலிற் பின்னடைகிறதோ அது மற்றை எல்லா வளங்களாலும் பிற்பட்டதாகும். ஆதலால், நாம் முன்னேற வேண்டுமேல் நம் தாய்மொழியை நன்கு பேணி வளர்த்துக்கோடல் நம் முதற்கடமையாகின்றது"[86] என்று கதிரேசன் செட்டியார் குறிப்பிட்டுள்ளார்.

"ஒரு நாட்டிற் பிறந்த மக்களுக்கு வேண்டப்படும் பற்றுகளுள் தலையாயப் பற்று மொழிப் பற்றேயாகும். மொழிப் பற்றிராதாரிடத்துத் தேசப் பற்றிராதென்பது"[87] நிச்சயம் என்று 1924ஆம் ஆண்டு டிசம்பரில் திருவண்ணாமலையில் கூடிய 30ஆவது காங்கிரஸ் மாநாட்டில் பெரியார் ஈ.வெ.ரா.கூறினார்.

"புதிய தமிழகம் உருவானால் எல்லாச் சட்டங்களும் தமிழில்தான் இருக்கும். சட்டசபையின் நடவடிக்கை தமிழ், இயற்றப்படும் சட்டங்கள் தமிழ், நீதிமன்றங்களின் நடவடிக்கைகள் தமிழ், நியாயதிபதிகளின் தீர்ப்புகள் தமிழ், சட்டவல்லுநர்களின் விவாதங்கள் தமிழ், கல்லூரிகள், கலாசாலைகள் எல்லாம் தமிழ் மயம்; எல்லாம் தமிழாகவே விளங்கும்; எங்கும் தமிழே ஆட்சி செய்யும். தமிழ்நாட்டிலே தமிழ்த்தாய்தான் அரியணையிலே அமர்ந்து அரசு புரிவாள்"[88] என்று சாமி.சிதம்பரனார் எழுதியுள்ளார்.

> எதுசெய்ய நாட்டுக்கே
> எனத்துடித்த சிங்கமே!
> இன்றே, இன்னே
>
> புதுநாளை உண்டாக்கித்
> தமிழ் காப்பாய் புத்துணர்வைக்
> கொணர்வாய் இங்கே
>
> அதிர்ந்தெழுக! தமிழுக்குத்
> துறைதோறும் துறைதோறும்
> அழகு காப்பாய்[89]

என்று இளஞ்சிங்கங்களைத் தமிழ்காக்க அழைத்து,

> தமிழ் உயர்ந்தால் தமிழ்நாடு
> தானுயரும் அறிவுயரும்
> அறமும் ஓங்கும்[90]

என்கிறார் பாரதிதாசன். இவ்வழியில் சி.பா.ஆதித்தனார், இந்தி மொழி எதிர்ப்புப் போராட்டம் நிகழ்த்தித் தமிழ்மொழி காக்கச் செயற்பட்டார்.

தமிழர் ஒற்றுமை

> ஒன்றுபட்டால் உண்டு வாழ்வே – நம்மில்
> ஒற்றுமை நீங்கில் அனைவர்க்கும் தாழ்வு[91]

என்று பாடினார் பாரதியார்.

> எங்கள் பகைவர் எங்கோ மறைந்தார்;
> இங்குள்ள தமிழர்கள் ஒன்றாதல் கண்டே[92]

என்றும்,

> தமிழ்ப்புலவர் ஒன்றுபடும்
> நன்னாளே தமிழர்க்குப்
> பொன்னாளாகும்!
>
> தமிழ்ப்பெருநூல் ஒன்றேனும்
> ஒற்றுமையைத் தடைசெய்யக்
> கண்டதுண்டோ?[93]

என்றும் பாடி ஒற்றுமையை வலியுறுத்தினார் பாரதிதாசன்.

ஒற்றுமையைவிடச் சிறந்த ஆயுதம் எதுவும் இல்லை. தமிழ் மக்கள் பல நாடுகளிலும் இந்தியத் துணைக்கண்டத்தின் பல இடங்களிலும் பிரிந்து கிடக்கின்றனர். இவர்கள் ஒன்றுபட வேண்டும். ஒன்றுபட்டால்தான் சுதந்திரத் தமிழ்நாட்டைக் காண இயலும் என்று எண்ணிய ஆதித்தனார், "தமிழ் மக்கள் தற்போது சிதறுண்டு கிடக்கிறார்கள். அவர்கள் ஒன்றுசேர்ந்து ஒரே நாடாக வாழவேண்டும் என்ற ஆசை தமிழ் மக்களின் இதயத்தில் எழுந்துள்ளது. சில பல பகுதிகளில் தமிழ்மக்கள் பிரிந்து சிதறுண்டு கிடக்கும் நிலை நீங்கி, ஒரே நாடாக ஒரு குடைக்கீழ் தமிழ் இனம் வாழவேண்டும் என்ற விருப்பம் இயற்கையானது"[94] என்று தெளிவாக்கினார்.

தமிழ் மக்கள் புதுச்சேரியிலும் திருப்பதியிலும் பீர்மேட்டிலும் தேவிகுளத்திலும் யாழ்ப்பாணத்திலும் தமிழ்நாட்டிலும் வேறுநாடுகளிலும் பிரிந்து வாழ்வதால் ஒற்றுமை குறைந்து காணப்படுகிறது. இவர்கள் அனைவரும் ஒன்றுபட்டால் 'சுதந்திரத் தமிழ்நாடு' அமைத்து வல்லரசாகத் திகழலாம்[95] என்று குறிப்பிட்டுள்ளார்.

'ஒருமொழி – ஒரு நாடு'

உலகில் ஒருமொழி பேசுகின்றவர்கள் ஒரு நாட்டைச் சேர்ந்தவர்களாக வாழ்கின்றனர். இதை உணர்ந்த ஆதித்தனார், 'ஒரு மொழி ஒரு நாடு' என்ற முறையில்தான் உலக நாடுகள் அமைந்திருக்கின்றன – அமைய முடியும்"[96] என்று அழுத்தந்திருத்தமாகத் தெரிவித்துள்ளார்.

ஒரு மொழியைக் கொண்ட பகுதி ஒரு தனித்த நாடாக இருந்து வருகிறது என்பதற்குச் சான்றுகள் உள்ளன. "ரஷ்யா ஒரு நாடாயினும் அதற்குள் இருக்கும் 'போலந்து' ஒரு தனித்த நாட்டுக்குரிய தகுதியைப் பெற்றது. ஆஸ்டிரியா ஒரு தனித்த நாடாயினும் அதற்குள் இருக்கும் 'செக்' ஒரு தனித்த நாட்டுக்குரிய தகுதியைப் பெற்றது. ஏனெனில், இவ்விரு நாட்டு மக்களுக்கும் வரலாறுடைய தனித்த பொது மொழிகள் உண்டு"[97]

இவற்றைப் போலவே இந்தியாவில் மாநிலம் என்ற தகுதியுடன் விளங்கும் தமிழ்நாடும் வரலாற்றுச் சிறப்புடைய ஒரு மொழியைக் கொண்டுள்ளது. எனவே, தமிழ்நாடும் ஒரு தனித்த நாட்டுக்குரிய தகுதியைப் பெறும் வாய்ப்பு உண்டு.

உலகில் உள்ள நாடுகள் ஒவ்வொன்றும் ஒரு மொழி பேசுவனவாகவே அமைந்துள்ளன என்பதைப் "பிரெஞ்சு மொழி பேசுகிற மக்களுக்கு ஒரு நாடு – பிரான்சு; ஸ்பானிஷ் மொழி பேசுகிற மக்களுக்கு ஒரு நாடு – ஸ்பெயின்; போர்த்துக்கீசிய மொழி பேசுகிறவர்களுக்கு ஒரு நாடு – போர்த்துகல். இவ்வாறு 'ஒருமொழி ஒரு நாடு' என்ற முறை உலகெங்கிலும் உள்ளது"[98] என்கிறார் ஆதித்தனார்.

இந்தியாவில் பல மொழிகளைப் பேசுகின்றவர்கள் வாழ்கின்றனர். இருப்பினும் இந்தியா ஒரே நாடு என்கிறோம். இது ஆட்சி அமைப்புக்குப் பொருத்தமுற இருக்கிறது என்றாலும் மக்களின் வாழ்க்கை முறையில் வேறுபட்டிருப்பதை வெளிப்படையாகக் காண இயலும்.

"இந்தியா மொழிவாரி மாநிலங்களைக் கொண்ட ஓர் கூட்டாட்சி ஒன்றியம். வேறுபட்ட பல மக்கள் குழுக்களையும் பழக்கவழக்கங்களையும் மொழிகளையும் மரபுகளையும் ஒன்றாக இணைத்த ஒரு நாடுதான் இந்தியா. அதற்கு மொழிவாரி மாநிலங்களே சான்று பகர்கின்றன. இந்திய முனைக்கோடிகளில் அதன் வேறுபாடுகள் மிக ஆழமாய்த் தெரிகின்றன. வடஇந்திய விவசாயி உருவம், அளவு, நிறம், உடை, மொழி, மரபு ஆகியவைகளால் தென்னிந்தியனுக்கு மாறுபடுகிறான்"[99] என்று சுட்டிக்காட்டுகிறார் ரோனால்டு சேகால் என்னும் அறிஞர்.

மேற்கூறிய கருத்தை நோக்குகையில் இந்தியாவின் இனங்களுக்கு இடையேயான வேறுபாடுகள் தெள்ளத் தெளிவாகின்றன. இவ்வேறுபாட்டுடன் இனங்கள் இணைந்து செயல்படுவதால் வரலாற்றுப் பின்னணி கொண்ட தமிழ் இன, தமிழ் மொழிப் பெருமைகள் மறைந்துவிடக்கூடாது என்று ஆதித்தனார் கருதினார். எனவே, சுதந்திரத் தமிழ்நாட்டுக் கோரிக்கையுடன் தமிழ் இன, தமிழ்மொழிப் பழமையையும் பேணப் பாடுபட்டார்.

தமிழன் கால்வாய்

தமிழ்நாட்டிற்கும் இலங்கைக்கும் இடையில் உள்ள பகுதியைச் சேதுக்கால்வாய் என்பர். இதைத் 'தமிழன் கால்வாய்' என்று அழைத்தார் ஆதித்தனார்.

இராமேசுவரத்திற்கும் யாழ்ப்பாணத்திற்கும் இடையில் உள்ள கடற்பகுதி மேடாக இருக்கிறது. இதை ஆழப்படுத்திக் கப்பல் போக்குவரத்திற்கு வசதிகள் செய்தால் தமிழ்நாடு வெளிநாடுகளுடன் வணிகத் தொடர்பு கொள்வதற்கு உதவியாய் இருக்கும். ஆனால், தில்லி அரசு இத்திட்டத்தைக் கைவிட்டு விட்டது என்பதை, "சேது சமுத்திரத்தை ஆழப்படுத்தி அதிலே கப்பல் போகிறபடி கால்வாயைத் தோண்ட வேண்டும் என்கிற 'தமிழன் கால்வாய்'த் திட்டத்தை டெல்லி சர்க்கார் கைவிட்டுவிட்டது. (தற்போது சேது கால்வாய்த் திட்டம் செயல்படுத்தப்பட்டு வருகிறது)

இந்தக் கால்வாய்த்திட்டம் தமிழ்நாட்டுக்கு முக்கியமானது. சேதுசமுத்திரம் என்ற கடல் தமிழ்நாட்டுக்கும் இலங்கைக்கும் இடையே இருக்கிறது. இந்தக் கடலுக்கு மேற்கே இராமநாதபுரம் மாவட்டமும் கிழக்கே யாழ்ப்பாணமும் இருக்கின்றன. அதாவது, கடலின் இரண்டு பக்கத்திலும் வசிப்பவர்கள் தமிழ் மக்களே!"[100] என்று தமிழன் கால்வாயின் இருப்பிடத்தைத் தெளிவுபடுத்துகிறார்.

இந்தத் தமிழன் கால்வாய் தோண்டப்படுவதால் தமிழ்நாடு ஐரோப்பிய நாடுகளுடன் கடல் வழியாக நேரடித் தொடர்பைப் பெறுகிறது. இதனால் தமிழ்மொழியின் புகழும் தமிழ்நாட்டுப் பெருமையும் உலக அரங்கில் சிறப்பான இடத்தைப் பெறும்.

நடுவணரசு தமிழன் கால்வாய்த் திட்டத்தைக் கைவிட்டதை 15.10.1989 நாளிட்ட 'விடுதலை' நாளிதழ்,

"தமிழ்நாட்டின் தொழில் வளர்ச்சிக்கு மிக வாய்ப்பான சேது சமுத்திரக் கால்வாய்த் திட்டம் – ஆங்கில ஆட்சிக் காலத்திலேயே உருவாக்கப்பட்ட திட்டம். இது நிறைவேறினால் 'தென்கிழக்கு ஆசியாவின் சூயஸ்' கால்வாய் ஆகும்.

அரபிக்கடலில் இருந்து வங்காள விரிகுடாக் கடலுக்குப் போகும் கப்பல்கள் இப்போது இலங்கைத் தீவைச் சுற்றிச் செல்கின்றன. இத்திட்டம் செயலானால்,

> தூத்துக்குடி வளமான துறைமுகமாகும்.
> கப்பல்களுக்கு ஒன்றரை நாள் பயணம் குறையும்.
> வெளிநாட்டுக் கப்பல்கள் கொழும்புக்குப் பதில்
> தூத்துக்குடி வந்து எண்ணெய் நிரப்புவதால்

அந்நியச் செலாவணி கிடைக்கும்,
இந்தியத் துணைக்கண்டப் பாதுகாப்பு வலுப்பெறும்,
இலங்கையின் வெறியாட்டம் குறையும்.
இந்தியாவின் மேற்குக் கடற்கரையும் கிழக்குக்
கடற்கரையும் கப்பல் வழி நேராக இணைய
முடியாத அவலநிலை மாறும்.
கொச்சி – தூத்துக்குடி, நாகை – சென்னை
கப்பல் வழிப் பயணம் எளிதாகும்; விரைவாகும்;
செலவு குறையும்”[101]

என்று குறிப்பிட்டுள்ளது.

தமிழன் கால்வாய் வெட்டப்படுமானால் தமிழ்நாட்டின் வருவாய் உயர்வதோடு உலக நாடுகளிடையே தமிழ்நாட்டின் தனிநிலை தெரியவும் வாய்ப்பு இருந்தது. ஆனால், நடுவணரசு தமிழன் கால்வாய்த் திட்டத்தைக் கைவிட்டுத் தமிழ்நாட்டு முன்னேற்றத்திற்கு முட்டுக்கட்டை போட்டிருக்கிறது.

“எகிப்து நாட்டில் ‘சூயஸ்கால்வாய்’ வெட்டியபோது அதைப் பாலைவனத்தில் வெட்ட வேண்டியிருந்தது. அதனால், அதற்கு அதிகச் செலவு ஏற்பட்டது. ஆனால், ஏற்கனவே இருக்கிற கடலில் தமிழன் கால்வாய் வெட்டுவதற்குச் செலவு குறைவாகத்தான் ஆகும்”[102] என்று எகிப்து நாட்டில் வெட்டப்பட்ட சூயஸ் கால்வாயையும் தமிழ்நாட்டில் வெட்டத் திட்டமிடப்பட்டிருந்த தமிழன் கால்வாய்த் திட்டத்தையும் ஒப்பிட்டுத் தமிழன் கால்வாய் வெட்டுவதற்குச் செலவு குறைவாகத்தான் ஆகும் என்கிறார் ஆதித்தனார்.

“தமிழ்நாட்டின் அடிமைத்தளை நீங்கி உண்மையான தமிழர் ஆட்சி தமிழ்நாட்டில் ஏற்படுமானால் தமிழன் கால்வாய் உடனடியாக நிறைவேற்றப்பட்டு அங்கு தமிழ்க்கொடி பறக்கும் என்பதில் ஐயமில்லை”[103] என்று தமிழன் கால்வாய் வெட்டப்பட வேண்டுமானால் அடிமை நீங்கிய தமிழ் ஆட்சி தமிழ்நாட்டில் நிலவ வேண்டும் என்று தமிழுணர்வு ஊட்டினார்.

காவிரி நீர்த் தகராறு

காவிரியாறு கருநாடக மாநிலத்தில் தோன்றி, தமிழ்நாட்டில் பாய்ந்து கடலில் கலக்கிறது. தமிழ்நாடு தனி நாடானால்

காவிரியாற்றுத் தண்ணீர் தமிழ்நாட்டுக்குக் கிடைக்காது என்னும் கருத்துக்கு ஆதித்தனார்,

"காவிரியாற்றுத் தண்ணீரில் ஒரு பகுதி மைசூர் வழியாகத் தமிழ்நாட்டுக்கு வருகிறது. ஆனால், இதைக் காட்டி தமிழ்நாடு தனியாக இயங்க முடியாது என்று சொல்லுவது பூகோளம் படிக்காதவர்களை ஏமாற்றும் தந்திரமே ஒழிய நியாயமான காரணம் ஆகாது.

பிரம்மபுத்திரா ஆறு சீனா வழியாக 800 மைல் ஓடி, அதன்பிறகு இந்தியா வழியாக 800 மைல் ஓடி, பின்னர் பாகிஸ்தானில் ஓடுகிறது.

மேற்படி ஆற்றைச் சுட்டிக்காட்டி அதன் காரணமாக இந்தியாவும் சீனாவும் தனித்தனி தேசங்களாக இருக்கக்கூடாது என்று சொல்வோர் யாரும் இல்லை"[104] என்று இந்தியாவில் பாயும் பிரம்மபுத்திரா ஆற்றின் கதையைச் சொல்லி, காவிரிநீர்த் தகராறு தனித்தமிழ்நாட்டுக் கொள்கைக்குத் தடை இல்லை என்று குறிப்பிட்டுள்ளார்.

சிறுபான்மையினர் நிலை

இந்தியாவில் தமிழர்கள் சிறுபான்மையினராக இருப்பதால்தான் எக்கருத்தையும் வலியுறுத்த ஏனையோரை நம்பியிருக்கும் நிலை ஏற்பட்டுள்ளது. இதைப்போலவே இலங்கையிலும் தமிழர்கள் சிறுபான்மையினராக உள்ளனர். எனவேதான், தமிழ் மக்கள் அங்குச் சொல்லொணாத் துன்பத்தில் ஆழ்ந்துள்ளனர்.

"இலங்கையில் தமிழ் மக்கள் அவதிப்படுகிறார்கள் என்றால் அதற்கு அடிப்படையானக் காரணம் என்ன? தமிழர்கள் அங்கே சிறுபான்மையர் என்ற நிலையில் இருப்பதுதான்.

இலங்கையில் 65 இலட்சம் சிங்களர்களும் 25 இலட்சம் தமிழர்களும் வாழ்கிறார்கள். சிங்களருக்குப் பெரும்பான்மையர் என்ற நிலையும் தமிழர்களுக்குச் சிறுபான்மையர் என்ற நிலையும் இருக்கிறது.

இதைப்போலவே தாயகத் தமிழ்நாட்டில் உள்ள தமிழர்களும் சிறுபான்மையர் என்ற நிலையில்தான் இருக்கிறார்கள். நான்கு

கோடிபேர் தமிழர்கள், இந்தியாவில் வசிக்கிறார்கள் என்றாலே முப்பத்து இரண்டு கோடி பேர் தமிழர் அல்லாதவர்கள் வசிக்கிறார்கள்"[105] என்று தமிழர்கள் இலங்கையிலும் இந்தியாவிலும் சிறுபான்மையினராக இருக்கின்ற நிலையை எடுத்துக்காட்டியுள்ளார்.

தமிழர்கள் சிறுபான்மையர் என்ற நிலையைவிட்டுப் பெரும்பான்மையர் நிலையை அடைந்தால்தான் தமிழினம் தலைநிமிர்ந்து வாழமுடியும் என்ற கருத்துக்கொண்ட ஆதித்தனார் யூதர்களின் வரலாற்றைச் சொல்லித் தமிழுணர்வு ஊட்டியுள்ளார்.

"ஜெர்மனி, இங்கிலாந்து, ஆஸ்திரியா முதலிய பல நாடுகளில் யூதர்கள் சிறுபான்மையராக இருந்தார்கள். எல்லா நாடுகளிலும் அவர்கள் அடைந்த தொல்லைகளுக்கு அளவு கிடையாது.

இன்று தமிழர்களைப் பிறநாடுகளில் அடித்துவிரட்டுவதைப் போல, யூதர்களை எல்லா நாட்டுக்காரர்களும் அடித்து விரட்டினார்கள். கடைசியில் உலகம் முழுவதும் சிதறிக்கிடந்த யூதர்கள் 8 இலட்சம் பேர் 1948ஆம் ஆண்டு அரேபிய பாலைவனத்தில் ஒன்று சேர்ந்து அங்கு 'இஸ்ரேல்' என்ற சுத்த சுதந்திர தனி நாட்டை அவர்களுக்கென்று அமைத்தார்கள். பல நாடுகளில் சிறுபான்மையினராக இருந்த அவர்கள் சுதந்திர நாடு அமைத்தவுடன் அவர்களுடைய தொல்லைகள் நீங்கின"[106] என்று தமிழர்கள் ஒன்றுபட்டுத் தனிநாடு அமைக்க வேண்டும் என்ற கருத்துக்குத் தனிநாடு இல்லாமல் துன்பப்பட்ட யூதர்களின் இன்னல்களை எடுத்துக்காட்டி விளக்கியுள்ளார்.

சான்றெண் விளக்கம்

1.	ஜே.ஸ்டாலின்	மார்க்சியமும் தேசிய இனப்பிரச்சினையும், ப.18
2.	ப. கிருஷ்ணன்	தமிழ் நூல்களில் தமிழ்மொழி, தமிழ் இனம், தமிழ் நாடு, ப.XXV
3.	ம.பொ.சிவஞானம்	புதிய தமிழகம், ப.35
4.	ம.பொ.சிவஞானம்	புதிய தமிழகம், ப.17
5.	தமிழ்வாணன்	பெரியார், ப.37
6.	சாமி.சிதம்பரனார்,	புதிய தமிழகம், ப.25
7.	சி.பா.ஆதித்தனார்	தமிழப்பேரரசு, ப.15
8.	அ.மறைமலையான்	பேரறிஞர் அண்ணாவின் பெருவாழ்வு, ப.114
9.	குரும்பூர் குப்புசாமி	அமைச்சர் ஆதித்தனார், ப.26
10.	சி.பா.ஆதித்தனார்	சுதந்திரத் தமிழ்நாடும் நாம் தமிழர் இயக்கமும், ப.1
11.	குரும்பூர் குப்புசாமி	அமைச்சர் ஆதித்தனார், ப.26
12.	குரும்பூர் குப்புசாமி	அமைச்சர் ஆதித்தனார், ப.26
13.	நேர்முகப்பேட்டி	ஆய்வாளர் – சி.தையல்பாக ஆதித்தனார், நாள் 10.10.1989
14.	குரும்பூர் குப்புசாமி	அமைச்சர் ஆதித்தனார், ப.33
15.	நேர்முகப்பேட்டி	ஆய்வாளர் – சி.தையல் பாக ஆதித்தனார், நாள் 10.10.1989
16.	குரும்பூர் குப்புசாமி,	ஆதித்தனாருக்கு அஞ்சலி (தொகுப்பு) ப.217
17.	பா. இறையரசன்	தமிழ்நாட்டு வரலாறு, ப.38
18.	சி.பா.ஆதித்தனார்	தமிழப்பேரரசு, ப.6
19.	சி.பா.ஆதித்தனார்	தமிழப்பேரரசு, ப.6
20.	மா.இராசமாணிக்கனார்	தமிழக ஆட்சி, ப.1
21.	தமிழண்ணல்	தமிழ் இலக்கிய வரலாறு, ப.68
22.	ந.க.மங்கள முருகேசன்	தமிழ்நாட்டு வரலாறும் பண்பாடும், ப.63
23.	கே.கே.பிள்ளை	தமிழக வரலாறு மக்களும் பண்பாடும், ப.85
24.	சி.பா.ஆதித்தனார்	தமிழப் பேரரசு, ப.7

25.	மா. இராசமாணிக்கனார்,	தமிழக ஆட்சி, ப.1
26.	கே.கே.பிள்ளை	தமிழக வரலாறு மக்களும் பண்பாடும், ப.186
27.	ந.க.மங்களமுருகேசன்	தமிழ்நாட்டு வரலாறும் பண்பாடும், ப.97
28.	ந.க.மங்கள முருகேசன்	தமிழ்நாட்டு வரலாறும் பண்பாடும். ப.333
29.	கே.கே.பிள்ளை	தமிழக வரலாறு மக்களும் பண்பாடும், ப.386
30.	கே.கே.பிள்ளை	தமிழக வரலாறு மக்களும் பண்பாடும், ப.387
31.	சி.பா.ஆதித்தனார்	தமிழப் பேரரசு, ப.10
32.	சி.பா.ஆதித்தனார்	தமிழப் பேரரசு, ப.11
33.	சி.பா.ஆதித்தனார்	தமிழப்பேரரசு, ப.11
34.	கே.கே.பிள்ளை	தமிழக வரலாறு மக்களும் பண்பாடும், ப.388
35.	சி.பா.ஆதித்தனார்	தமிழப்பேரரசு, ப.12
36.	சி.பா.ஆதித்தனார்	தமிழப்பேரரசு, ப.16,17
37.	சி.பா.ஆதித்தனார்	தமிழப்பேரரசு, ப.18
38.	சி.பா.ஆதித்தனார்	தமிழப்பேரரசு, ப.18
39.	சி.பா.ஆதித்தனார்	தமிழப்பேரரசு, ப.19
40.	சி.பா. ஆதித்தனார்	தமிழப்பேரரசு, ப.21
41.	தினமணி	24.12.1989, ப.5
42.	சி.பா. ஆதித்தனார்	தமிழப்பேரரசு, ப.22
43.	புறநானூறு	பாடல் 27
44.	கம்பராமாயணம்	அயோத்தியா காண்டம், கங்கைப்படலம்: பாடல் 6
45.	கம்பராமாயணம்	பாலகாண்டம், நாட்டுப்படலம்: பாடல் 9
46.	சி.பா.ஆதித்தனார்	தமிழப்பேரரசு, ப.22,23
47.	சி.பா..ஆதித்தனார்	தமிழப்பேரரசு, ப.23
48.	இளங்கோவடிகள்	சிலப்பதிகாரம், அடைக்கலகாதை அடி : 207 - 218
49.	திருத்தக்க தேவர்	சீவகசிந்தாமணி பாடல் : 101,102,103
50.	சி.பா.ஆதித்தனார்	தமிழப்பேரரசு, ப.24
51.	சி.பா.ஆதித்தனார்	தமிழப்பேரரசு, ப.25

52. புறநானூறு 66

53. பட்டினப்பாலை அடி : 129 - 132

54. பட்டினப்பாலை அடி : 172 - 174

55. மதுரைக் காஞ்சி அடி : 81 - 83

56. சி.பா.ஆதித்தனார் தமிழப்பேரரசு, ப.25

57. நற்றிணை பாடல் : 138

58. நற்றிணை பாடல் : 183

59. நற்றிணை பாடல் : 211

60. நற்றிணை பாடல் : 254

61. நற்றிணை பாடல் : 311

62. நற்றிணை பாடல் : 331

63. நற்றிணை பாடல் : 354

64. மதுரைக் காஞ்சி அடி : 117

65. மதுரைக் காஞ்சி அடி : 318

66. சி.பா.ஆதித்தனார் தமிழப்பேரரசு, ப.26

67. பரிபாடல் பாடல் : 1, அடி : 17

68. நற்றிணை பாடல் : 94, அடி : 4 5

69. கலித்தொகை, நெய்தற்கலி, பாடல் : 136, அடி : 5

70. பட்டினப்பாலை அடி : 188 189

71. மதுரைக்காஞ்சி அடி : 134 136

72. டாக்டர் ப.கிருஷ்ணன் தமிழ்நூல்களில் தமிழ்மொழி, தமிழ் இனம், தமிழ்நாடு ப.19

73. சி.பா.ஆதித்தனார் தமிழப்பேரரசு, ப.27

74. சி.பா.ஆதித்தனார் தமிழப்பேரரசு: ப. 29

75. அண்ணாதுரை தேசிய ஒருமைப்பாடு : ப.63

76. அண்ணாதுரை தேசிய ஒருமைப்பாடு : ப.63

77. சி.பா. ஆதித்தனார் தமிழப்பேரரசு: ப. 32

78. சி.பா.ஆதித்தனார் தமிழப்பேரரசு: ப. 32

79. ஏ.ஜே.டாயன்பி *The Report of the State Reorganization commission" P. 41*

80. ப. கிருஷ்ணன் தமிழ் நூல்களில் தமிழ் மொழி, தமிழினம், தமிழ் நாடு : ப.64

81. தொல் சொல் : 401

82. தொல் பொருள் : மரபு : 98

83. ப. கிருஷ்ணன் தமிழ்நூல்களில் தமிழ்மொழி, தமிழ் இனம், தமிழ் நாடு: ப.104

84. சி.பா. ஆதித்தனார் தமிழப்பேரரசு ப.37
85. சி.பா. ஆதித்தனார் தமிழப்பேரரசு ப.39
86. பொ.வெ.சோமசுந்தரனார் பண்டிதமணி ப.38
87. சாமி.சிதம்பரனார் தமிழர்தலைவர், ப.172
88. சாமி,சிதம்பரனார் புதிய தமிழகம், ப.35
89. பாரதிதாசன் தமிழியக்கம், பாடல் : 15
90. பாரதிதாசன் தமிழியக்கம், பாடல் : 112
91. பாரதியார் வந்தேமாதரம்
92. பாரதிதாசன் சங்கநாதம் பாரதிதாசன் கவிதைகள் முதல்தொகுதி
93. பாரதிதாசன் தமிழியக்கம், பாடல் : 40
94. சி.பா.ஆதித்தனார் தமிழப்பேரரசு ப.41
95. சி.பா. ஆதித்தனார் தமிழப்பேரரசு ப.41
96. குரும்பூர் குப்புசாமி அமைச்சர் ஆதித்தனார், ப.96
97. ப. கிருஷ்ணன் தமிழ் நூல்களில் தமிழ் மொழி, தமிழ் இனம், தமிழ்நாடு, ப.16
98. சி.பா.ஆதித்தனார் தமிழப்பேரரசு, ப.42
99. Ronald Segal *The Crisis of India*, P. 20
100. சி.பா.ஆதித்தனார் தமிழப்பேரரசு, ப.49
101. விடுதலை 15. அக்டோபர் 1989
102. சி.பா.ஆதித்தனார் தமிழப்பேரரசு, ப.49
103. சி.பா. ஆதித்தனார் தமிழப்பேரரசு, ப.50
104. சி.பா.ஆதித்தனார் தமிழப்பேரரசு, ப.52
105. சி.பா. ஆதித்தனார் தமிழப்பேரரசு, ப.56
106. சி.பா.ஆதித்தனார் தமிழப்பேரரசு, ப.58

அரசியலில் ஆதித்தனார்

"அரசியல் என்பது மக்களின் ஒரு சமூகத்தினுள் அல்லது பல சமூகங்களிடையே அமைகிற ஏற்பாடாகும்"[1]. இந்த அரசியல் ஏற்பாடானது சமூக நலத்தை அடிப்படையாகக்கொண்டு அமையவேண்டும். சமூக நலத்தில் அக்கறை கொண்ட அரசியல் அறவழியில் அமையும். இதை பிளேட்டோ, "அரசியலை, அறத்தையும் அறத்தால் வரும் இன்பத்தையும் பெறுமாறு அமைக்கவேண்டும்"[2] என்று குறிப்பிட்டுள்ளார்.

அரசியல் தொண்டு

மக்களுக்குத் தொண்டு செய்ய முயல்வோர் ஒரு குறிப்பிட்ட துறையின் மூலம்தான் செய்ய வேண்டுமென்பதில்லை. இலக்கியம், சமூகம், சமயம், அரசியல் போன்ற பல்வேறு துறைகளுள் அவரவர் ஈடுபாட்டிற்கும் சூழலுக்கும் தேவைக்கும் ஏற்பத் தேர்ந்தெடுத்துக்கொள்ள இயலும். மேற்கூறிய துறைகளுள் அரசியல்துறையைத் தேர்ந்தெடுத்துத் தமிழுக்கும் தமிழருக்கும் சி.பா.ஆதித்தனார் தொண்டாற்றினார்.

ஆதித்தனார் அரசியலில் ஈடுபட்ட காலச்சூழல்

அன்றைய சமூக அமைப்பில் – குறிப்பாகத் தமிழ்நாட்டின் அரசியலிலும் பிறவற்றிலும், உயர் சாதியினரின் செல்வாக்கு மிகுந்திருந்தது. இதனால், பிற்படுத்தப்பட்ட, தாழ்த்தப்பட்ட மக்கள் பெருமளவு பாதிப்பிற்கு உள்ளாயினர். இப்போக்கு ஒட்டுமொத்தமான சமூக முன்னேற்றத்திற்குத் தடையாக இருப்பதாகப் பலர் கருதினர்.

இச்சூழலில், சி.நடேச முதலியார் அவர்கள் தென்னாட்டு மக்களுக்குத் தொண்டாற்றும் நோக்கத்தோடு 1910ஆம் ஆண்டில் 'திராவிடச் சங்கம்' என்ற சங்கத்தைத் தொடங்கி நடத்தினார். இச்சங்கமே 1916ஆம் ஆண்டில் 'தென்னிந்திய நல உரிமைச் சங்கம் அல்லது நீதிக்கட்சி' என்ற பெயரில் பி.தியாகராய செட்டியார், டாக்டர் டி.எம்.நாயர், சி.நடேச முதலியார் மற்றும் பலரின் ஒத்துழைப்புடன் தொடங்கப்பட்டது.

1920ஆம் ஆண்டில் நடைபெற்ற தேர்தலில் நீதிக்கட்சி வெற்றி பெற்றது. 1923, 1926 என்று அடுத்தடுத்து நடந்த தேர்தல்களிலும் நீதிக்கட்சி வெற்றி பெற்றது.

1926ஆம் ஆண்டு முதல் நீதிக்கட்சி வீழ்ச்சியுறத் தொடங்கியது. 1927க்குப் பிறகு நீதிக்கட்சியால் தனியாக அமைச்சரவை அமைக்க இயலவில்லை.

1925ஆம் ஆண்டு காஞ்சியில் காங்கிரஸ் கட்சியின் மாநாடு நடைபெற்றது. இதற்குத் திரு.வி.க. தலைமை வகித்தார். இம்மாநாட்டில் பெரியார் ஈ.வெ.ரா. தமது வகுப்புரிமைத் தீர்மானத்தை வலியுறுத்தினார். தீர்மானத்திற்கு மாநாட்டுத் தலைவர் அனுமதி மறுத்ததால் பெரியார் ஈ.வெ.ரா. காங்கிரஸ் கட்சியைவிட்டு வெளியேறினார்.

காங்கிரசை விட்டு வெளியேறிய ஈ.வெ.ரா. சுயமரியாதை இயக்கத்தைத் தொடங்கினார். சுயமரியாதை இயக்க வளர்ச்சிக்கு வித்திட்டவர்களை க.அன்பழகன் பட்டியலிட்டுக் காட்டியுள்ளார்.

"அக்காலத்தில்தான், தமிழகத்தின் இருள் போக்கும் பணியில் ஈடுபட்ட அறிவுச்சுடர்களான பகுத்தறிவாளர் எஸ்.இராமநாதன், தன்மான வீரர் சௌந்தரபாண்டியன், சிந்தனையாளர் மா.சிங்காரவேலர், கருத்துரையாளர் கைவல்யனார், அஞ்சா நெஞ்சர் அழகிரியார், செயல்வீரர் எஸ்.வி.லிங்கம், கொள்கை வீரர் பொன்னம்பலனார், பொதுவுடமையாளர் ஜீவானந்தம், கலப்பு மணத்தினர் குருசாமி குஞ்சிதம், வீரத்தொண்டர்கள் மாயவரம் நடராசன், நாகை - மணி, திருவாரூர் டி.என். இராமன், சேலம் சித்தையன், காரைக்குடி இராம.சுப்பையா, புரட்சிக்கவிஞர் பாரதிதாசன், வீரத்தாய்மார்கள் நாகம்மையார், மூவலூர் இராமாமிர்தம் அம்மையார் முதலிய பலப்பலர் சுயமரியாதை இயக்கத்தில் உடலாயினர். தலைவர் ஈ.வெ.ரா. உயிரானார்"[3]

1936ஆம் ஆண்டு நடைபெற்ற தேர்தலில் நீதிக்கட்சி தோற்றது. காங்கிரஸ் கட்சி வென்றது. அப்போதைய முதலமைச்சரான இராஜாஜி இந்தியைக் கட்டாயப் பாடமாக்க விடுத்த அறிக்கையைத் தொடர்ந்து தமிழ்நாட்டில் நீதிக்கட்சியும் சுயமரியாதை இயக்கமும் ஒன்றிணைந்து இந்தித் திணிப்பை எதிர்த்தன.

“1944ஆம் ஆண்டு சேலத்தில் கூடிய நீதிக்கட்சி மாநாட்டில் அறிஞர் அண்ணாதுரை நீதிக்கட்சியின் பெயரை ‘திராவிடர் கழகம்’ என மாற்ற வேண்டும் என்ற கோரிக்கையை விடுத்தார். 35 மணி நேர விவாதத்திற்குப் பின்னர் அண்ணாவின் சீரியதோர் விளக்கத்தினைப் பெற்று எதிர்ப்பெல்லாம் பொடிப்பொடியாகித் தீர்மானம் ஒருமனதாக நிறைவேறியது. தென்னிந்திய நல உரிமைச்சங்கம் – நீதிக்கட்சி ‘திராவிடர் கழகமா’னது.”[4] என்று நீதிக்கட்சி, திராவிடர் கழகமான வரலாற்றைச் சேது நம்மவன் என்பார் குறிப்பிட்டுள்ளார்.

திராவிடர் கழகம், தென்னாட்டு மக்களுக்குத் தொண்டு புரியும் நோக்கில் நிறுவப்பட்டது. திராவிடர் கழகத்தில் அண்ணாவுக்கும் பெரியாருக்கும் ஏற்பட்ட கருத்து வேறுபாட்டின் காரணமாக அண்ணா தனியாகப் பிரிந்து சென்று 1949 செப்டம்பர் 17ஆம் நாள் திராவிட முன்னேற்றக் கழகத்தைத் தோற்றுவித்தார்.

திராவிட முன்னேற்றக் கழகம் ‘திராவிட நாடு’ கோரிக்கையை முன்வைத்துத் தொண்டாற்றியது. தற்போதைய தமிழ்நாடு, கேரளம், ஆந்திரம், கருநாடகம் முதலிய பகுதிகளைக் கொண்ட நாட்டைத் திராவிட நாடு என்றனர்.

“பெரியாரின் திராவிடர் கழகம், அண்ணாவின் திராவிட முன்னேற்றக் கழகம் ஆகிவற்றிற்குச் சமூகக் குறிக்கோளைப் பொறுத்த அளவில் வேறுபாடுகள் இல்லை. பெரியார், சமூக விழிப்புணர்ச்சி ஏற்படுத்தல், மூடநம்பிக்கை, புனிதர்களின் கொடுங்கோன்மை, அரசியலிலும் ஆட்சித்துறையிலும் இருந்த பார்ப்பனர் ஆதிக்கம் ஆகியவற்றை ஒழித்தல் என இவற்றிற்காகத் தனது சக்தியை அர்ப்பணித்தார். இக்கருத்துகளைப் பரப்புவதற்காக அவர் தளராது பேசியும் எழுதியும் வந்ததோடு பல சூறாவளிச் சுற்றுப் பயணங்களையும் மேற்கொண்டார். திராவிட முன்னேற்றக் கழகம், பெரியாரின் மேற்சொன்ன

கொள்கைகளுக்காக ஆட்சியைக் கைப்பற்றுவதன் மூலம் அவற்றை நிறைவேற்றலாம் என முயற்சி செய்தது"[5] என்று திராவிடர் கழகத்திற்கும் திராவிட முன்னேற்றக் கழகத்திற்கும் உள்ள கருத்தொத்த நிலையை ஏ.என்.சட்டநாதன் விளக்கியுள்ளார்.

திராவிடர் கழகமும் திராவிட முன்னேற்றக் கழகமும் 'திராவிட நாடு' வேண்டிப் போராடின. சி.பா.ஆதித்தனார், ம.பொ.சிவஞானம் போன்றோருக்கு இதில் உடன்பாடில்லை. 1946ஆம் ஆண்டு நவம்பர் 21இல் ம.பொ.சிவஞானம் 'தமிழரசு கழகம்' என்ற கட்சியைத் தொடங்கித் தமிழ் மக்களின் நலம் நாடினார். தமிழ்நாடு, இந்தியாவில் ஒரு மாநிலமாகத் திகழ்வதில் 'தமிழரசு கழகம்' உடன்பாடு கொண்டது.

திராவிட நாடு கோரிக்கையையும் மாநிலத் தகுதியையும் சி.பா.ஆதித்தனார் எதிர்த்தார். 1942ஆம் ஆண்டில் 'நாம்தமிழர்' இயக்கத்தைத் தொடங்கினார்.

எதிர்ப்பு அணிச் செயலாளர்

1942 முதலே இயக்கப் பணிகளில் தம்மை ஈடுபடுத்திக்கொண்ட ஆதித்தனார் 1952ஆம் ஆண்டிலேயே அரசியலில் தம்மை முழுமையாக ஈடுபடுத்திக் கொண்டார். தமிழ்நாட்டைத் தமிழனே ஆளவேண்டும், இதன் செயல்முறைகளைக் கட்டுப்படுத்தும் தலைமையும் தமிழ்நாட்டிற்குள்ளேயே இருக்கவேண்டும் என்று ஆதித்தனார் எண்ணினார். எனவே, அதற்கான முயற்சியில் தம்மை ஈடுபடுத்தினார்.

தமிழ்நாட்டின் செயல்பாட்டுத் திட்டங்கள் தில்லியில் தயாரிக்கப்படுகின்றன. தில்லியாரின் இந்தத் தலையீட்டைத் தடுக்க வேண்டுமென்றால் தமிழ்நாடு தனிநாடாக வேண்டும். அதற்கு முதற்படியாகக் காங்கிரசைத் தோற்கடிக்க வேண்டும். காங்கிரசைத் தோற்கடிக்க வேண்டுமென்றால் எதிர்க்கட்சிகள் அனைத்தும் ஒன்றுபட வேண்டும் என்று ஆதித்தனார் கருதினார்.

"எதிர்க்கட்சிகள் எல்லாம் ஒரே அணியில் திரண்டால்தான் காங்கிரசை வீழ்த்தமுடியும். இல்லாவிட்டால் எதிர்க்கட்சிகளின் ஓட்டுச் சிதறி, காங்கிரசுக்கு வெற்றி வாய்ப்பு ஏற்படும்"[6] என்ற கருத்து நிலவியது.

எதிர்க்கட்சிகளின் ஒருங்கிணைப்பால் உருவாக்கப்பட்ட கட்சியை 'ஐக்கிய முன்னணி' என்றனர். 'எதிர்க்கட்சிகளை ஒன்றிணைத்து 'ஐக்கிய முன்னணி' அமைத்தார் ஆதித்தனார். எல்லா எதிர்க்கட்சிகளும் இந்தக் கூட்டணியில் ஒன்று திரண்டன. ஐக்கிய முன்னணியின் செயலாளராக ஆதித்தனாரைத் தேர்ந்து எடுத்தார்கள்"[7].

1952ஆம் ஆண்டு நடைபெற்ற தேர்தலில் ஐக்கிய முன்னணியின் வேட்பாளர்கள் காங்கிரஸ் வேட்பாளர்களை எதிர்த்து நிறுத்தப்பட்டார்கள். தேர்தலின்போது ஆதித்தனார் எடுத்துக்கொண்ட முயற்சியின் பயனாகக் கூட்டணி மிகுதியான இடங்களில் வெற்றி பெற்றது. ஐக்கிய முன்னணிக்கு 166 இடங்களும் காங்கிரசுக்கு 153 இடங்களும் கிடைத்தன.

ஐக்கிய முன்னணியின் சார்பில் வெற்றிபெற்ற 166 பேர்களின் பட்டியலுடன் ஆதித்தனார், அப்போது கவர்னராக இருந்த பிரகாசத்தைச் சந்தித்தார். ஆனால், அமைச்சரவை அமைக்க முன்னணி அனுமதிக்கப்படவில்லை. ஐக்கிய முன்னணி என்பது ஓர் அரசியல் கட்சி அல்ல; பல கட்சிகளின் கூட்டணி. எனவே, அது ஆட்சி செய்ய இயலாது என்ற கவர்னர், காங்கிரசை அமைச்சரவை அமைக்கும்படி அழைத்தார்.

"சட்டசபையிலே கூட்டணிக்குத்தான் பெரும்பான்மை பலம். மந்திரிசபை அமைக்கும்படியோ சிறுபான்மைக் கட்சியான காங்கிரசுக்கு அழைப்பு! அப்பொழுதுதான் காங்கிரஸ்காரர்கள் ராஜாஜியின் உதவியை நாடினார்கள். அவர், கூட்டணியில் இருந்த மாணிக்க வேலரைத் தம் பக்கம் இழுத்து அமைச்சர் பதவி கொடுத்து, தானும் முதலமைச்சராகி, காங்கிரஸ் மந்திரிசபையை அமைத்தார். ராஜாஜி கொண்டுவந்த கல்வித்திட்டத்தைச் சட்டசபையில் கூட்டணி தோற்கடித்தது.

அடுத்து, 1957இல் வந்த பொதுத் தேர்தலின்போதும் ஆதித்தனார் கூட்டணி அமைக்க முயற்சி எடுத்துக்கொண்டார். ஆனால், தலைவர்களிடையே இணக்கமான உடன்பாடு ஏற்படாததால் அந்த முயற்சி பலன் அளிக்கவில்லை"[8].

1967இல் நடைபெறவிருந்த பொதுத்தேர்தலுக்கு 1965 முதலே ஆதித்தனார் எதிர்ப்பு அணியை உருவாக்கினார். எதிர்ப்பு அணியின் மாநாட்டை நெல்லையில் 1965 அக்டோபர் இரண்டு,

மூன்று ஆகிய நாட்களில் நடத்தினார். அதில் பதினைந்து கட்சிகள் கலந்துகொண்டன.

எதிர்ப்பு அணியாகிய ஐக்கிய முன்னணியை உருவாக்கி மாநாடு நடத்தியதை அறிந்த காங்கிரஸ் அரசு, ஆதித்தனாரை எப்படியாவது கைது செய்வது என்று முடிவெடுத்தது. 1965ஆம் ஆண்டு அக்டோபர் 9ஆம் நாள் பாதுகாப்புச் சட்டத்தின் கீழ் ஆதித்தனார் கைது செய்யப்பட்டார், கைது செய்யப்பட்ட ஆதித்தனார் கோவையில் தனிமைச் சிறையில் அடைக்கப்பட்டார். சிறையில் இருந்த வேளையில் ஆதித்தனார் நல்ல தமிழ் நூல்களைக் கற்றார்.

"ஆதித்தனாருக்குச் சிறையில் துணையாக இருந்தது சிலப்பதிகார நூல்தான். சிறைக்குச் சிலப்பதிகாரத்தையும் எடுத்துச் சென்றிருந்தார். அவருக்கு மிகவும் பிடித்தமான நூல் இதுதான்."⁹ சிறையில், தமிழ் உணர்வு ஆதித்தனாருக்கு ஊக்கத்தைக் கொடுத்தாலும் உடல்நலம் குன்றத் தொடங்கியது. மூன்று மாதத் தனிமைச்சிறை அவரது உடலில் இருபத்து ஆறு பவுண்டுகளைக் குறைத்துவிட்டது. நோயாளியாகிவிட்ட ஆதித்தனாரை 1966ஆம் ஆண்டு சனவரி 7ஆம் நாள் அரசு விடுதலை செய்தது. சிறையில் உடல்நலம் குன்றிய பிறகும் தம் அரசியல் பணியை ஆதித்தனார் தொடர்ந்தார்.

திராவிட முன்னேற்றக் கழகத்தில் ஆதித்தனார்

திராவிட முன்னேற்றக் கழகம், திராவிட நாடு கோரிக்கையைக் கொண்டு செயல்பட்டாலும் அது தமிழர் பெருமையைத் திராவிடர் பெருமையாகக் கூறி வந்தது.

ஆதித்தனார் விரும்பிய தனித்தமிழ்நாடு கொள்கையும் திராவிட முன்னேற்றக் கழகத்தின் 'திராவிட நாடு' என்ற பெயரில் தமிழ்நாட்டுக் கோரிக்கையும் ஒன்றாகவே இருந்தன.

இந்நிலையில் 1967ஆம் ஆண்டு தேர்தல் பணிகள் தொடங்கின. அத்தேர்தலில் திராவிட முன்னேற்றக் கழகம் அண்ணாவின் தலைமையில் காங்கிரசை எதிர்த்தது. ஆதித்தனாரின் 'நாம் தமிழர்' இயக்கமும் அண்ணாவின் திராவிட முன்னேற்றக் கழகமும் ஒரு குறிக்கோளையே கொண்டிருப்பதை உணர்ந்த ஆதித்தனார் திராவிட முன்னேற்றக் கழகத்தில் இணைந்தார்.

தி.மு.க.வுடன் ஆதித்தனாருக்குத் தொடர்பு 1939லேயே இருந்தது. அறிஞர் அண்ணாவுடனும் அப்போதைய திராவிடர் கழகத்துடனும் தமக்குத் தொடர்பு இருந்தது என்று ஆதித்தனாரே தெரிவித்துள்ளார்.

"1939இல் நான் மலேயாவில் பாரிஸ்டராகத் தொழில் புரிந்து வந்தபோது தமிழகத்தில் 'தமிழ்நாடு தமிழருக்கே!' என்ற குரல் கிளம்பியதைக் கேட்டேன். அந்த இலட்சியத்திற்குத் தொண்டாற்றும் எண்ணத்தோடு மனைவி மக்களோடு சென்னை வந்து சேர்ந்தேன்.

சென்னைக்குக் கப்பலில் வந்து இறங்கிய அன்று திருக்கழுங்குன்றத்தில் நீதிக்கட்சியின் மாநாடு நடைபெற்றது. உடனே சென்னையிலிருந்து ஒரு வாடகைக் காரை அமர்த்திக்கொண்டு திருக்கழுங்குன்றம் போனேன்; தலைவர் பெரியார் அவர்களைச் சந்தித்தேன். அவரிடம் நான், என் கருத்தைத் தெரிவித்தவுடன் மாநாட்டுப் பந்தலுக்குள் அண்ணா அவர்களைச் சுட்டிக்காட்டி அதோ பந்தலுக்குள் அண்ணாதுரை இருக்கிறார்; அவருடன் பேசுங்கள் என்றுகூறி அனுப்பி வைத்தார்.

மாநாடு முடிந்த பிறகு அண்ணா அவர்களோடு நீண்டநேரம் உரையாடும் வாய்ப்பு எனக்கு அன்று கிடைத்தது. தமிழ்மொழிக்கு ஒரு மறுமலர்ச்சி தேவை என்ற கருத்தை மிகவும் வலியுறுத்திப் பேசினார்.

தமிழுக்கும் தமிழருக்கும் தமிழ்நாட்டுக்கும் அவருடன் சேர்ந்து தொண்டாற்ற உறுதிகொண்டு இருக்கிறேன் என்றும் கூறி அவரிடம் விடைபெற்றுக்கொண்டேன்.

1942இல் திரும்பி வந்தேன். மதுரையில் 'தமிழன்' என்ற வார இதழைத் தொடங்கினேன். அப்போது அண்ணா அவர்கள் 'தமிழன்' பத்திரிகைக்கு ஒரு வாழ்த்துச் செய்தி அனுப்பி இருந்தார். அதை இன்னும் நான் வைத்திருக்கிறேன்.

1952இல் காங்கிரசை எதிர்த்துக் கூட்டணி பெயரில் தேர்தல் களத்தில் இறங்கியபோது கூட்டணி வெற்றிபெற அண்ணா அவர்கள் உறுதுணை செய்தார்கள். அப்போது தி.மு.கழகம் தேர்தலில் போட்டியிடவில்லை.

1953இல் நான் கூட்டணியின் பொதுச்செயலாளராக இருந்தபோது ரஷியா சென்று வந்தேன். அப்போது அண்ணா

அவர்கள் எனக்குத் தி.மு.கழகத்தின் தலைமை நிலையத்தின் சார்பில் வரவேற்பு அளித்தார்.

1965இல் பாதுகாப்புக் கைதியாக என்னை நான்காவது முறையாகச் சிறைப்படுத்தினார்கள். அந்தச் சமயத்தில் ஒருநாள் 'பரோலில்' வந்திருந்தேன். பரோலில் இருந்து லீவில் வந்திருந்த நான் கலைஞர் அவர்களை 'மேகலா' அலுவலகத்தில் சந்தித்துப் பிரிவினைத் தடைச்சட்டம் வந்துவிட்டதால் கழகத்தில் இரண்டறச் சேர்ந்துவிடுவதாகத் தெரிவித்துவிட்டு மறுநாள் கோவைச் சிறைக்குப் போய்விட்டேன்.

அதன்பிறகு கூட்டணி அமைப்பதில் அறிஞர் அண்ணாவுடனும், கலைஞர் அவர்களுடனும் சேர்ந்து பல திட்டங்களைத் தீட்டினேன்."[10] என்று முத்தாரத்தில் ஆதித்தனாரே எழுதியிருப்பது திராவிட முன்னேற்றக் கழகத்தில் தொடக்க நாள் முதலாக அவர் கொண்டிருந்த உறவைக் காட்டுகிறது.

1966ஆம் ஆண்டு சனவரி ஏழாம் நாள் சி.பா.ஆதித்தனார் விடுதலை பெற்றார். சிறையிலிருந்து வந்தவுடன் தம்மை, தி.மு.கழகத்துடன் இணைத்துக்கொண்ட ஆதித்தனார், தமிழ்நாட்டில் தமிழுக்குத் தனியிடம் கிடைக்கச் செய்வதைத் தமது குறிக்கோளாகக் கொண்டார்.

1967ஆம் ஆண்டு நடைபெற்ற பொதுத்தேர்தலில் நெல்லை மாவட்டத் தேர்தல் பணி முழுவதையும் ஆதித்தனாரே கவனித்துக் கொண்டார்.

நெல்லை மாவட்டத்தில் திராவிட முன்னேற்றக் கழகத்திற்குப் பன்னிரண்டு இடங்களையாவது பிடித்துத் தருவேன் என்று அண்ணாவிடம் உறுதி கூறினார். ஆனால், அந்தப் பொதுத்தேர்தல் முடிவில் நெல்லை மாவட்டத்தில் உள்ள பத்தொன்பது தொகுதிகளில் திராவிட முன்னேற்றக் கழகத்திற்குப் பதினான்கு தொகுதிகள் கிடைத்தன.

1968ஆம் ஆண்டு சூலைத் திங்கள் தென்காசியில் நடந்த இடைத்தேர்தலிலும் திராவிட முன்னேற்றக் கழகத்திற்கு வெற்றி பெற்றுத்தர ஆதித்தானர் உழைத்தார்.

சட்டப் பேரவைத் தலைவர்

1967ஆம் ஆண்டில் திராவிட முன்னேற்றக் கழகம் தமிழ்நாட்டில் ஆட்சி அமைத்தது. அறிஞர் அண்ணா

முதலமைச்சராகப் பதவி ஏற்றார். திருவைகுண்டம் சட்டப்பேரவைத் தொகுதியில் போட்டியிட்டு வெற்றி பெற்ற ஆதித்தனார் சட்டப்பேரவைத் தலைவரானார். "17.03.1967இல் அவைத்தலைவர் தேர்தல் நடந்தது. ஆதித்தனார் பெயரைக் கல்வி அமைச்சர் இரா.நெடுஞ்செழியன் எடுத்துச்சொல்ல, பொதுப்பணித்துறை அமைச்சர் மு.கருணாநிதி தொடுத்துச் சொன்னார்.

ஆதித்தனார் போட்டியில்லாமல் தேர்ந்தெடுக்கப்பட்டு இருப்பார். ஆனால், கூட்டணியைச் சேர்ந்த சுதந்திராக் கட்சியே ஆதித்தனாரை எதிர்த்துக் கோதண்டராமையாவை நிறுத்தியது. ஆகவே, வாக்குப் பதிவு நடந்தது.

ஆதித்தனார் பெற்றது 153 வாக்குகள். கோதண்டராமையாவுக்குக் கிடைத்ததோ வெறும் 21 வாக்குகள். ஆதித்தனார் மீது பேரவை உறுப்பினர்களுக்குள்ள நம்பிக்கையையே இது காட்டியது"[11] என்று இந்நிகழ்ச்சி விளக்கப் பெற்றுள்ளது.

அவைத்தலைவர் ஆற்றிய அரும்பணிகள்

ஆதித்தனார் சட்டப்பேரவைத் தலைவராக இருந்தபோது, சட்டப்பேரவையில் தமிழ்மணம் சுமழச் செய்தார். ஒவ்வொரு நாளும் அவையைத் தொடங்கும்முன் ஒவ்வொரு திருக்குறள் கூறித் தொடங்கினார். 1967ஆம் ஆண்டு சூன் திங்கள் பதினேழாம் நாள் தொடங்கிய முதற்கூட்டத்தைத் தொடங்கும்போது,

அகரமுதல எழுத்தெல்லாம் ஆதி
பகவன் முதற்றே உலகு.[12]

என்ற திருக்குறளைக் கூறித் தொடங்கினார்.

இக்கூட்டத் தொடரில்தான் சென்னை மாநிலத்திற்குத் 'தமிழ் நாடு' என்ற பெயர் சூட்டும் தீர்மானத்தை அண்ணா கொண்டுவந்தார். அவையில் ஒருமனதாக அத்தீர்மானம் நிறைவேறியது.

சட்டப்பேரவை நிகழ்ச்சிகளை முதன்முதலில் ஆதித்தனார் தமிழில் நிகழ்த்தினார். இங்கிலாந்து சென்று 'பாரிஸ்டர்' பட்டம் பெற்று வழக்கறிஞராக இருந்தவர் ஆதித்தனார். தனக்கு ஆங்கில

மொழிப் புலமை மிகுந்திருந்தபோதும் தமிழ்மீது கொண்ட பற்றின் காரணமாகச் சட்டப்பேரவை நிகழ்ச்சிகளைத் தமிழில் நிகழ்த்தினார்.

சட்டப்பேரவை நிகழ்ச்சிகளை நிறைவு செய்யும்போது 'தமிழ் நாடு வாழ்க' என்னும் நாட்டு வாழ்த்துடன் நிறைவு செய்தார் ஆதித்தனார்.

சென்னையில உள்ள விடுதி ஒன்றில் அறிஞர் அண்ணாவின் தலைமையில் ஆதித்தனாருக்குப் பாராட்டுக் கூட்டம் நடைபெற்றது. அதில், "சட்டசபை நடவடிக்கைகளை இப்பொழுது தமிழிலேயே நடத்தி வருகிறார் ஆதித்தனார். இதைப் பார்க்கும்பொழுது சட்டசபையில் தமிழ்த்தாயே வந்து பாடம் சொல்லிக்கொடுப்பது போல் இருக்கிறது"[13] என்று அண்ணா பாராட்டினார்.

"ஆதித்தனார் சபாநாயகராக இருப்பதால் சட்டசபையில் தமிழ் மணம் கமழுகிறது. தமிழ்த்தாய் புன்னகை பூக்கிறாள். தமிழர்கள் உவகை கொள்ளுகிறார்கள்"[14] என்று மு.கருணாநிதி ஆதித்தனாரைப் புகழ்ந்தார்.

"நான் முன்பு எதிர்க்கட்சித் தலைவராக இருந்தபோது சட்டசபை நடவடிக்கைகளைத் தமிழில் நடத்த வேண்டும் என்று வற்புறுத்தினேன். அதற்கு ஏற்றாற்போல் இன்று அனைவரும் பாராட்டும் வண்ணம் சட்டசபை நடவடிக்கைகளைத் தமிழிலே நடத்துகிறார் ஆதித்தனார். இதற்குக் காரணம் அவர், தமிழிலும் ஆங்கிலத்திலும் சட்டத்திலும் புலமைபெற்று விளங்குவதுதான். தமிழ்த்தாயின் மாண்ட புகழை ஆதித்தனார் சபாநாயகர் ஆனதும் மீட்டுத் தந்துவிட்டார்"[15] என்று இரா.நெடுஞ்செழியன் ஆதித்தனாரைப் போற்றினார்.

சட்டப்பேரவையின் தலைவராக ஆதித்தனார் வீற்றிருந்த போதுதான் 1968 சனவரி 23ஆம் நாள் தமிழ்நாட்டுச் சட்டப்பேரவையில் 'இந்தி ஒழிப்புத் தீர்மானம்' நிறைவேறியது.

சட்டப்பேரவை நடைமுறை விதிகள்

தமிழ்மொழி, தமிழ்நாட்டின் ஆட்சி மொழியாகிவிட்டது. சட்டப்பேரவையில் திருக்குறளும் தமிழ்வாழ்த்துப் பாடலும் முழங்கின. இவ்வாறு தமிழ் தலையாய இடத்தைப் பெற்ற

பிறகும் சட்டப்பேரவை விதிகள் ஆங்கிலத்தில் இருப்பது பொருந்தாது என்று உணர்ந்த ஆதித்தனார் அவற்றை மொழிபெயர்த்தார்.

மொழிபெயர்க்கும் பணியை ஏனையோரிடம் ஒப்படைத்துவிட்டு இருக்கும் மனப்பான்மை இல்லாதவராய், தானே நேரடியாக ஈடுபட்டார்.

'தமிழ்நாட்டுச் சட்டப்பேரவை நடைமுறை விதிகள்' என்னும் நூலின் முன்னுரையில்,

"தமிழ்நாட்டுச் சட்டப்பேரவையின் நடைமுறை விதிகளைத் தமிழாக்கம் செய்யும்போது இரண்டு குறிக்கோள்களை நினைவில் இருத்திக்கொண்டேன்.

ஒன்று, ஆங்கிலத்தில் உள்ள விதிகளின் கருத்துக்கள் சிதையாது இருக்க வேண்டும். இரண்டாவது, தெளிவாகத் தெரியும் வண்ணம் தன்னிறைவு பெற்று இருத்தல் வேண்டும்.

புதிய புதிய தமிழ்ச்சொற்களைப் பயன்படுத்த நேரிட்டதால் அவற்றுக்கு நேரான ஆங்கிலச் சொற்களை அடைப்புக்குள் எழுத வேண்டியதாயிற்று. நாளடைவில் இவ்வடைப்புகளை நீக்கிவிட முடியும்.

எவரும் எளிதில் புரிந்துகொள்ளும் பொருட்டு நீண்ட நாட்களாக வழக்கத்தில் உள்ள மசோதா, நிதி, விவாதம் போன்ற சில சொற்களைச் சட்ட மூலம், பணம், சொல்லாட்டம் என்று மாற்றாமல் விட்டுவைத்திருக்கிறேன்."[16] என்று கூறியிருப்பது அவரது ஆழ்ந்த மொழிபெயர்ப்புத் திறனையும் எளிதில் புரியவேண்டும் என்ற நோக்கத்தையும் காட்டுவதாய் அமைகிறது.

இந்த மொழிபெயர்ப்பு நூலுக்கு அண்ணா ஓர் அணிந்துரை வழங்கியுள்ளார். அவ்வணிந்துரை ஆதித்தனாரின் மொழிபெயர்ப்புச் செம்மையையும் தமிழார்வத்தையும் எடுத்தியம்புகிறது.

"பொறுப்பேற்றுக்கொண்ட சில நாட்களுக்குள்ளாகவே நமது சட்டப்பேரவைத் தலைவர், நண்பர் சி.பா.ஆதித்தனார் சட்ட முறைகளிலே பெற்றுள்ள நுண்ணறிவுத் திறனையும் தமிழார்வத்தையும் அனைவரும் உணர்ந்து உவகை கொண்டிடச் செய்துள்ளார்.

தமிழ் ஆட்சி மொழியாகிவிட்ட பிறகும் சட்டப் பேரவைக்கான விதிமுறைகள் ஆங்கில மொழியிலேயே இருந்து வருவது பொருந்தாது என்பதனை உணர்ந்த சட்டப்பேரவைத் தலைவர், தமிழிலேயே விதிமுறைகள் இருந்திட வேண்டுமென விழைந்தார்.

வேறு பலர், அந்த அளவோடு தமது பணி முடிந்ததாகக் கருதிக்கொண்டு அதன் தொடர்பான பணிகளை மற்றவரிடம் தந்து விடுவர். ஆனால், சி.பா.ஆதித்தனார் தமிழார்வ மிகுதி காரணமாகத் தாமே அந்தப் பணியினையும் மேற்கொண்டு விதிமுறைகளைத் தமிழாக்கம் செய்தளித்துள்ளார்.

தமிழாக்கம், மிகுந்த கவனத்துடனும் தரம் நிரம்பியதாகவும் அமைந்திருக்கக் காண்கிறோம். ஒவ்வொரு ஆங்கிலச் சொல்லுக்கும் தமிழாக்கம் தந்துள்ள பாங்கு பாராட்டத்தக்கதாக இருக்கிறது.

ஆர்வத்துடன் இப்பணியினை மேற்கொண்ட நமது நண்பர் இந்த நூலின் மூலம் சட்டப்பேரவையின் நடவடிக்கைகளில் தமிழ் மணம் கமழ்ந்திட வழிவகுத்தளித்துள்ளார்.

தமிழாக்கம் காரணமாக நடைமுறையில் ஏதேனும் தடுமாற்ற உணர்வு ஏற்பட்டுவிடக்கூடும் என்பதனை எண்ணித் தேவைப்படும் இடங்களில் பழக்கமான சொற்களை அடைப்புக்குள் தந்துள்ளார்.

இந்நூலின் துணை கொண்டு சில திங்களுக்குள்ளாகவே தமிழ் மொழியிலேயே சட்டப்பேரவை நடவடிக்கைகள் முழுவதையும் நடத்திட இயலும் என்ற நம்பிக்கை பெறுகிறோம்.

சட்டப்பேரவைத் தலைவராக அமர்ந்த நாள் தொட்டே சி.பா.ஆதித்தனார், எல்லா நடவடிக்கைகளும் விதிமுறைகளுக்கு உட்பட்டதாக இருந்திடுவதே நேர்த்தியான நிலையினையும் மற்றையோரின் நன்மதிப்பையும் தந்திடும் என்பதை உணர்ந்ததுடன் நம்மையும் உணர்ந்திடும்படியாகச் செய்துள்ளார்."

மரபும் மாண்பும் செம்மையாக இருந்திட வேண்டுமென்ற நோக்குடன் அவர்கள், நடவடிக்கைகளை மேற்கொள்கிறார்கள். என்பதனை உணரும் எவரும் அகமகிழ்ச்சி பெற்றிடாதிருக்க இயலாது.

தமிழாக்க நூல் தருவதற்கு முன்பிருந்தே அவர்கள், பெரிதும் தமிழ்ச் சொற்களையே பயன்படுத்தித் தமிழால் முடியும் என்பதனை மெய்ப்படுத்திக் காட்டி வந்துள்ளார். இனி மற்றவர்களும் தமிழால் முடியும் என்பதனை ஏற்று நடத்திடும் நிலையை இந்நூல் தந்திடும் என்பது உறுதி.

தமிழகத்தில் மலர்ந்துவரும் புதிய நிலைக்கு இந்நூல் பெருந்துணையாக இருந்திடும்"[17] என்றிவ்வாறு அறிஞர் அண்ணா வழங்கியிருக்கும் அணிந்துரையே ஆதித்தனாரின் தமிழாக்கச் சிறப்பை உணர்த்துவதாக அமைந்துள்ளது.

இந்தத் தமிழாக்க நூலின் வெளியீட்டு விழா இராஜாஜி மண்டபத்தில் நடந்தது. அண்ணா தலைமை தாங்கி நூலை வெளியிட்டார். அப்போது பொதுப்பணித்துறை அமைச்சராக இருந்த மு.கருணாநிதி, 'தமிழ் விருந்தும் தந்து, தமிழ் மேலும்மேலும் வளர மருந்தும் அளிக்கும் வகையில் ஆதித்தனார் இந்நூலை ஆக்கித் தந்திருக்கிறார்" என்று குறிப்பிட்டார்.

அரசியல் துறையில் ஆதித்தனார் 1947 முதல் 1953 வரையிலும் மேலவை உறுப்பினராக இருந்தார். 1957ஆம் ஆண்டு சாத்தான்குளம் தொகுதியில் தேர்ந்தெடுக்கப்பட்டுச் சட்டப்பேரவை உறுப்பினர் ஆனார். 1964ஆம் ஆண்டு மீண்டும் மேலவையில் பணியாற்றினார். 1967இல் திருவைகுண்டம் தொகுதியில் தேர்ந்தெடுக்கப்பட்டு உறுப்பினராகவும் பேரவைத் தலைவராகவும் பணியாற்றிய ஆதித்தனார் இயன்றவரை தமிழை ஏற்றம்பெறச் செய்தார்.

கூட்டுறவுத்துறை அமைச்சர்

சட்டப்பேரவைத் தலைவராக இருந்த ஆதித்தனார் 1968ஆம் ஆண்டு நடைபெற்ற தென்காசி இடைத்தேர்தலில் திராவிட முன்னேற்றக் கழகத்திற்காகத் தேர்தல் பணியாற்றினார். அவைத்தலைவர் அனைத்துக் கட்சியினருக்கும் பொதுவானவர். ஒரு கட்சிக்கு உரியவர் அல்லர். அவர் ஒரு கட்சிக்காகப் பணியாற்றியது தவறு என்று பலர் குறைகூறினர். அறிஞர் அண்ணாவின் ஆலோசனைப்படி 1968ஆம் ஆண்டு ஆகஸ்ட் 12ஆம் நாள் ஆதித்தனார் அவைத்தலைவர் பதவியைவிட்டு விலகினார்.

1969ஆம் ஆண்டு பிப்ரவரி 3ஆம் நாள் அறிஞர் அண்ணா காலமானதால் மு.கருணாநிதியை முதலமைச்சராகக் கொண்ட புதிய அமைச்சரவை பதவியேற்றது. அவரது அமைச்சரவையில் பிப்ரவரி 13ஆம் நாள் கூட்டுறவுத்துறை மற்றும் போக்குவரத்துத் துறை அமைச்சராக ஆதித்தனார் நியமிக்கப்பட்டார். பின்னர், கூட்டுறவுத்துறையில் கவனம் முழுவதையும் செலுத்தவேண்டிப் போக்குவரத்துத்துறை அமைச்சர் பொறுப்பை விலக்கிக்கொண்டார். இந்நிகழ்ச்சியை,

"நிலவள வங்கிகள் மூலம் இரண்டு ஆண்டுக் காலத்தில் 60 ஆயிரத்துக்கு மேற்பட்ட குழாய்க் கிணறுகள் அமைக்க வேண்டிய அளவுக்குப் பொறுப்பு இருப்பதால் ஆதித்தனார் கேட்டுக்கொண்டதற்கு இணங்க, போக்குவரத்துத்துறை மாற்றப்பட்டிருக்கிறது. என்று சட்டசபையில் மு.கருணாநிதி தெரிவித்துள்ளார்"[18] என்று பசுமைப்புரட்சி அமைச்சர் என்னும் கட்டுரை தெரிவிக்கின்றது.

"கூட்டுறவுத்துறையில் எனக்கு எப்பொழுதுமே நம்பிக்கையும் ஆர்வமும் உண்டு. கூட்டுறவை ஊக்குவிப்பதன் மூலம் நாட்டின் வறுமையைப் போக்கிவிட முடியும் என்று அழுத்தமாகக் கூறுகிறவன் நான்.

வாடித் தொழிலின்றி
வறுமையால் சாவதெல்லாம்
கூடித்தொழில் செய்யாக்
குற்றத்தால் என் தோழர்களே

என்னும் பாவேந்தரின் கவிதை என் நினைவில் எப்போதுமே இருந்து வருகிறது.

தமிழக அரசுக்கு நல்ல வருமானத்தைக் கூட்டுறவுத்துறையின் மூலம் எட்ட முடியும் என்பது என் நம்பிக்கை"[19] என்று ஆதித்தனாரே கூட்டுறவுத்துறை தம்மைக் கவர்ந்ததைத் தெரிவித்துள்ளார்.

நிலத்தடிநீர்

தமிழ்நாட்டில் நிலத்தடி நீர்வளம் குறைவறக் கிடைக்கிறது. அதை நல்ல முறையில் பயன்படுத்த வேண்டும் என்பதை 1967ஆம் ஆண்டு வெளியிட்ட தேர்தல் அறிக்கையில் அறிஞர்

அண்ணா, "பருவமழை தவறும்போது இயற்கை கெட்டுவிட்டது என்றுகூறிச் சும்மா இருந்துவிடக் கூடாது. வறட்சி என்ற நிலைமை தமிழ்நாட்டில் தலைதூக்காமல் தடுக்க தி.மு.கழகம் விரும்புகிறது. தமிழ்நாட்டில் தரைக்கு அடியில் மறைந்துகிடக்கும் நீர்வளத்தை ஆழ்கிணறுகளைக் கொண்டு வெளியே கொண்டுவந்து தரிசு நிலங்களை விளைநிலம் ஆக்கும் திட்டத்தைத் (பசுமைப் புரட்சித்திட்டம்) தி.மு.கழகம் மேற்கொள்கிறது."[20] என்று குறிப்பிட்டார்.

கூட்டுறவுத்துறை அமைச்சராகச் செயல்பட்ட ஆதித்தனாரும் இக்கருத்தையே, "தமிழ்நாட்டின் செல்வம் சேலத்தில் கிடைக்கும் இரும்பு அல்ல; தென்னாற்காட்டில் கிடைக்கும் நிலக்கரியும் அல்ல; தரைக்கு அடியில் உள்ள தண்ணீர்தான் தமிழ்நாட்டின் பெருஞ்செல்வம்"[21] என்று குறிப்பிட்டுள்ளார். அதன்படி ஆழ்கிணறுகள் வெட்டத் திட்டம் தீட்டினார். நிலவள வங்கிகள் மூலம் இரண்டு ஆண்டுக்குள்ளாக 60 ஆயிரத்திற்கும் மேற்பட்ட குழாய்க்கிணறுகள் அமைக்க முயற்சிகள் மேற்கொண்டார்.

இரண்டு ஆண்டுகள் மழை இல்லாமல் தமிழ்நாடு வறண்ட நிலையிலும்கூட நிலத்தடிநீர் 40 அடிகளில் கிடைக்கிறது. மணற்பாங்கான தென்மாவட்டங்களில் கூட 30 அடிகளில் தண்ணீர் கிடைக்கிறது. இந்த நிலத்தடிநீரை நிலத்துக்குமேல் கொண்டுவந்து விவசாயத்திற்குப் பயன்படுத்த வேண்டும் என்ற பெருநோக்குடன் திட்டம் தீட்டினார். திட்டச் செயற்பாட்டின் முதற்கட்டமாக எத்தனை ஆழ்குழாய்க் கிணறுகள் வெட்டி எந்திரங்கள் பொருத்தவேண்டும் என்று தமிழ்நாட்டிலுள்ள பதினான்காயிரம் கிராமங்களிலும் கணக்கெடுப்பு நடத்தினர். அக்கணக்கெடுப்பின்படி மூன்று இலட்சம் கிணறுகளும் நீர் இறைக்கும் எந்திரங்களும் பொருத்தவேண்டும் என்ற முடிவுக்கு வந்தனர்.

"மூன்று இலட்சம் கிணறுகளைத் தோண்டி பம்புசெட்டுகளை அமைப்பதற்குச் செலவு மொத்தம் 370 கோடி ரூபாய் ஆகும். இத்தனை கிணறுகளையும் ஒரே நாளில் ஒரே மாதத்தில் அல்லது ஒரே ஆண்டில் தோண்டிவிட முடியாது. எனவே, 30 அடி கிணறுகள், 40 அடி கிணறுகள், 50 அடி கிணறுகள் அதற்கு மேற்பட்ட ஆழமுள்ள கிணறுகள் என்று நான்கு வகையாக வகுத்துக்கொண்டு அவற்றுக்கு ஏற்றவாறு கடன்கொடுத்து உதவத்

தமிழக அரசு திட்டமிட்டு இருக்கிறது. இத்திட்டத்தை ரிசர்வ் பாங்கி கொள்கையளவில் ஒப்புக்கொண்டும் இருக்கிறது. எனவே, நிலவள வங்கிகள் மூலமாக உழவர்களுக்குக் கடன்கொடுத்து உதவும் திட்டம் விரைவில் பெரிய அளவில் விரிவுபடுத்தப்படும்”[22] என்று 20.07.1969 அன்று சென்னை வானொலியில் ஆற்றிய உரையில் ஆதித்தனார் குறிப்பிட்டுள்ளார்.

புதுமை அரிசி ஆலை

தமிழ்நாட்டில் புதுமையான அரிசி ஆலைகளைத் தொடங்குவதற்காக ஆதித்தனார் பெருமுயற்சி எடுத்துக்கொண்டார். 08.06.1970 அன்று குமரி மாவட்டக் கூட்டுறவுச் சங்கங்களுக்கு அரசு நிதியுதவி வழங்கும் விழாவில் பேசும்போது, “மாடர்ன் ரைஸ் மில்லில் 100 டன் நெல்லைக் கொண்டுபோய் அரிசியாக்கினால் 75 டன் அரிசி கிடைக்கும். சாதாரண மில்களில் 64, அல்லது 65 டன் அளவுக்குத்தான் கிடைக்கின்றது. இதில் 10 டன் அதிகமாகக் கிடைக்கும் முறையில் அந்த மில்லைக் கூட்டுறவுத் துறையில் வைத்திருக்கிறோம்.”[23] என்று புதுமை அரிசி ஆலையினால் உண்டாகும் நன்மையை விளக்கினார்.

பசுமைப் புரட்சி

தமிழ்நாட்டில் திரும்பிய இடங்களில் எல்லாம் பசுமை தவழ வேண்டும் என்பது அறிஞர் அண்ணா கண்ட கனவு. எனவேதான் பசுமைப்புரட்சித் திட்டத்தை அண்ணா செயற்படுத்தினார். அந்தத் திட்டம் ஆதித்தனார் கூட்டுறவுத்துறை அமைச்சராக இருக்கும்போது நன்முறையில் செயற்பாட்டிற்கு வந்தது.

“பசுமைப்புரட்சி என்றால் என்ன? தமிழ்நாட்டில் மூன்று கோடி ஏக்கர் நிலம் இருக்கிறது. ஆனால், அதில் பத்தில் ஒரு பங்கு நிலங்களுக்கு மட்டுமே ஆற்றுநீர்ப்பாசன வசதி இருக்கிறது. பாக்கியிருக்கும் 90 விழுக்காடு நிலங்களுக்குப் பாசன வசதியில்லை. அவைகளையெல்லாம் இன்றைக்கு மாற்றியாக வேண்டும். புஞ்சை நிலங்களாகத் தரிசு நிலங்களாகக் கிடக்கும் அந்த நிலங்களையெல்லாம் நல்ல நஞ்சை நிலங்களாக மாற்றவேண்டும். அவைகளில் இரண்டு போகம் விளைவிக்க வேண்டும். இதைச் செய்வதுதான் பசுமைப் புரட்சி. இப்போது

இந்தத் திட்டத்தைத்தான் நாங்கள் நிறைவேற்றிக்கொண்டு இருக்கிறோம்"[24] என்று பசுமைப்புரட்சியை விளக்கித் திருநெல்வேலி நிலவள வங்கி, "நிதிவழங்கு விழா"வில் உரையாற்றியுள்ளார்.

தரிசு நிலங்களை எவ்வாறு நன்செய் நிலங்களாக மாற்றுவது? அதற்காகத்தான் குழாய்க் கிணறுகளையும் இறைவை இயந்திரங்களையும் எல்லா விவசாயிகளுக்கும் அரசு கடனாக வழங்குகிறது என்று விளக்கியுள்ளார்.

'எல்லா அரசுக் காலங்களிலும் இந்த உதவி செய்யப்பட்டிருக்கிறதே! ஆதித்தனார் என்ன சாதித்துவிட்டார் என்ற வினாவிற்கு ஆதித்தனார், கீரனூரில் நடைபெற்ற நிலவள வங்கியின் தொடக்க விழாவில், "காங்கிரசு ஆட்சிக்காலத்திலும் பம்பு செட்டுகளை வைத்தார்கள்; கிணறுகளை வெட்டினார்கள். ஆனால், யாருக்குப் பம்புசெட் வைக்கப் பணம் கிடைத்தது? பத்தாயிரம் ரூபாய் செலவாகிறது என்றால் பணக்காரர்களை – இருபதாயிரம் ரூபாய்க்குச் சொத்து உள்ளவர்களைப் பார்த்து அந்தச் சொத்துக்களைக் கொண்டு வாருங்கள் என்று அடமானம் பெற்றுக்கொண்டு பத்தாயிரம் கொடுத்தார்கள். இப்போது அப்படி அல்ல, பேரறிஞர் அண்ணா அவர்கள் வகுத்த திட்டத்தால் ஏழைகளுக்கு உதவி உண்டு"[25] என்று குறிப்பிட்டுள்ளார்.

இவ்வாறு ஆழ்குழாய்க்கிணறுகள் தோண்டியும் இறைவை இயந்திரங்களுக்குக் கடன் வசதி செய்து கொடுத்தும் பசுமைப் புரட்சியைத் தமிழ்நாட்டில் காண ஆதித்தனார் பாடுபட்டார்.

சான்றெண் விளக்கம்

1. வினோபாபாவே — சுயராஜ்ஜிய சாஸ்திரம் (மொ.பெ.) – ப.2
2. கலைக்களஞ்சியம் — தொகுதி 7 – ப.384
3. க.அன்பழகன் — வளரும் கிளர்ச்சி – ப.31
4. சேது நம்மவன் — உண்மை பேசுகிறது ப.31
5. ஏ.என்.சட்டநாதன் — தமிழ்நாட்டில் திராவிட இயக்கமும் அதன் பாரம்பரியமும் (மொ.பெ.) ப.27

6.	குரும்பூர் குப்புசாமி	அமைச்சர் ஆதித்தனார் ப.86
7.	குரும்பூர் குப்புசாமி	அமைச்சர் ஆதித்தனார் ப.86
8.	குரும்பூர் குப்புசாமி	அமைச்சர் ஆதித்தனார் ப.87
9.	குரும்பூர் குப்புசாமி	அமைச்சர் ஆதித்தனார் ப.90
10.	முத்தாரம்	1969 மார்ச் இதழ்
11.	குரும்பூர் குப்புசாமி	அமைச்சர் ஆதித்தனார் ப.96
12.	திருக்குறள்	1
13.	குரும்பூர் குப்புசாமி	அமைச்சர் ஆதித்தனார் ப.99
14.	குரும்பூர் குப்புசாமி	அமைச்சர் ஆதித்தனார் ப.99
15.	குரும்பூர் குப்புசாமி	அமைச்சர் ஆதித்தனார் ப.99
16.	சி.பா.ஆதித்தனார்	தமிழ்நாட்டுச் சட்டப்பேரவை நடைமுறை விதிகள் – முன்னுரை.
17.	சி.பா.ஆதித்தனார்	சட்டப்பேரவை நடைமுறைவிதிகள் அண்ணாதுரை அணிந்துரை.
18.	குரும்பூர் குப்புசாமி	ஆதித்தனாருக்கு அஞ்சலி ப.279
19.	குரும்பூர் குப்புசாமி	அமைச்சர் ஆதித்தனார் ப.106
20.	குரும்பூர் குப்புசாமி	ஆதித்தனாருக்கு அஞ்சலி ப.278
21.	குரும்பூர் குப்புசாமி	ஆதித்தனாருக்கு அஞ்சலி ப.278
22.	சி.பா.ஆதித்தனார்	சென்னை வானொலி உரை – 20.07.1969
23.	சி.பா.ஆதித்தனார்	குமரிமாவட்டக் கூட்டுறவுச் சங்க நிதியளிப்பு விழா – 08.06.1970
24.	சி.பா.ஆதித்தனார்	நிலவள வங்கி – நிதி வழங்குவிழா – திருநெல்வேலி – 16.05.1970
25.	சி.பா.ஆதித்தனார்	கீரனூர் நிலவளவங்கி – தொடக்கவிழா – 28.11.1969

அடிக்குறிப்பு

1. சி.தையல்பாக ஆதித்தனார், நேர்காணல் நாள் : 10.10.1989
2. சி.தையல்பாக ஆதித்தனார், நேர்காணல் நாள் : 10.10.1989

ஆதித்தனாரின் போராட்டங்கள்

சமுதாயத்தின் முதுகெலும்பாய் விளங்குபவர்கள் தொழிலாளர்கள். தொழிலாளர்களின் வாழ்வில் மலரும் செழிப்பு, நாட்டுப் பொருளாதாரத்திற்கு வளம் சேர்ப்பதாகும்.

"ஒரு நாட்டில் உள்ள தொழிலாளர்கள் துன்பம் நீங்கி இன்பம் நிறைந்த வாழ்க்கையை மேற்கொண்டிருந்தால் அங்கு வாழ்கின்ற எல்லா மக்களுமே நலமான வாழ்க்கையை மேற்கொண்டுள்ளார்கள் என்று பொருள்படும்."[1] என்று செயராமன் என்பார் குறிப்பிட்டுள்ளார்.

தொழிலாளர்களின் இன்ப வாழ்க்கை, இறைவனுக்குச் சமம் என்னும் கருத்தையே பேரறிஞர் அண்ணாவும் ஏழையின் சிரிப்பில் இறைவனைக் காண்பதாகக் கூறியுள்ளார்.

கடவுள் இருக்கும் இடம் பற்றிக் கூற வந்த தாகூரும் நிலத்தை உழுகின்ற விவசாயியிடமும் கல் உடைக்கின்ற தொழிலாளியிடமும் கடவுள் இருப்பதாகக் கூறியுள்ளார்.

இறைவனுக்கு இணையாகப் பேசப்படும் தொழிலாளர்களின் நல்வாழ்விற்காக சி.பா.ஆதித்தனார் பாடுபட்டார்.

பனைவரியை எதிர்த்துப் போராட்டம்

1952-53இல் தமிழக மேலவையில் ஆதித்தனார் உறுப்பினராகவும் எதிர்க்கட்சித் தலைவராகவும் இருந்தார். தமிழ்நாட்டின் தென்மாவட்டங்களில் வாழும் பனையேறித் தொழிலாளர்கள் பனைவரியினால் பாதிக்கப்பட்டனர்.

பனைமரங்களில் கள் இறக்குவதன் மூலம் ஓரளவு வருமானத்தைப் பனைமரத் தொழிலாளர்கள் பெற்றுவந்தனர். கள் இறக்கப்படும் ஒவ்வொரு பனைமரத்திற்கும் அரசு வரிவிதித்தது. தமிழ்நாடு முழுவதும் மதுவிலக்கு நடைமுறைக்கு வந்த பிறகு பனைமரத்திலிருந்து கிடைக்கும் பதநீரால் பனை வெல்லத் தொழில் செய்து தொழிலாளர்கள் வாழ்ந்து வந்தனர். அவர்களால் முன்பு விதிக்கப்பட்ட வரியைக் கட்ட இயலவில்லை.

கள் இறக்கும்போது விதிக்கப்பட்ட வரியை மதுவிலக்கிற்குப் பிறகும் அரசு நீக்காததால் பனையேறித் தொழிலாளர்கள் வரிச்சுமையால் அமுங்கினர். இந்நிலை கண்ட ஆதித்தனார், பனைவரியை நீக்கக்கோரிப் போராடினார். அரசு செவிசாய்க்காது போகவே தமது மேலவை எதிர்க்கட்சித் தலைவர் பதவியைவிட்டு விலகினார்.

"தென்மாவட்டங்களில் பனைமரங்களுக்கு வரி விதிக்கப்பட்டிருந்தது. மதுவிலக்கினால் பாதிக்கப்பட்ட பல்லாயிரக்கணக்கான பனைமரத் தொழிலாளர்களுக்கு இந்த வரி ஒரு பெரிய சுமை என்பதை ஆதித்தனார் எடுத்துக்காட்டினார். பனைமர வரியை நீக்கவேண்டும் என்று சட்டமன்றத்திலேயே போராடினார். ஆனால், அவர் கோரிக்கைக்குக் காங்கிரஸ் அரசாங்கம் செவி சாய்க்கவில்லை. ஆகவே, தொழிலாளரைப் பாதிக்கும் புதிய வரிவிதிப்புக்கு எதிர்ப்புத் தெரிவித்து, சட்ட மேலவை உறுப்பினர் பதவியையே ஆதித்தனார் உதறித் தள்ளினார்"[2] என்னும் கருத்தானது தொழிலாளர்பால் ஆதித்தனார் கொண்டிருந்த பற்றை எடுத்துக்காட்டுகிறது.

பின்னர், அரசு சிந்தித்து முடிவெடுத்தது; பனைவரியை நீக்கியது.

மாத்தூர் உழவர் போராட்டம்

உலகமாகிய தேருக்கு உழவர்களே அச்சாணி என்று திருவள்ளுவர் தெரிவித்துள்ளார்.

"உழவுக்கும் தொழிலுக்கும் வந்தனை செய்வோம்"[3] என்று பாரதியார் பாடியுள்ளார்.

"பூமி திருத்தி உண்"[4] என்று ஔவையார் கூறியுள்ளார். நாளெல்லாம் உழைக்கின்ற உழவன் வறுமையில் வாடுவதை,

அழகியநகரை அவன் அறிந்ததில்லை
அறுசுவை உணவுக்கு - அவன் வாழ்ந்ததில்லை!
அழகிய நகருக்கு அறுசுவை உணவை
வழங்குதல் அவனது வழக்கம்; அதனை
விழுங்குதல் மற்றவர் மேன்மை ஒழுக்கம்[5]

என்று பாரதிதாசன் பாடியுள்ளார்.

"இந்தியாவில் கிராமப்புறங்களில் வாழ்கின்ற விவசாயிகள் மிகவும் குறைவான வருமானத்தையே கூலியாகப் பெறுகின்றனர். விவசாயி சராசரி நாட்கூலியாக 1.10 காசுகளையே பெறுகிறான்"[6] என்று விவசாயிகளின் குறைந்த கூலியைக் குறிப்பிடுவர்.

செங்கல்பட்டு மாவட்டத்தில் உள்ள விளைநிலங்கள் அனைத்தும் ஒருசில மிராசுதாரர்களிடம் இருந்தன. அந்நிலங்களில் உழைக்கின்ற உழவர்களுக்குக் குறைவான கூலியைக் கொடுத்தனர். குறைவான கூலியில் வாழ்க்கை நடத்திய உழவர்கள், மிராசுதாரர்களிடம் தங்கள் கூலியை உயர்த்தும்படி விண்ணப்பித்தனர்.

உழவர்களின் விண்ணப்பத்தின்படி பெரும்புதூர் வட்டத்தின் தாசில்தார் முன்னிலையில் 03.08.1955இல் கூலி நிர்ணய உடன்பாடு ஒன்று ஏற்பட்டது. இந்த உடன்பாட்டில் உழவர்களின் பிரதிநிதியாக ஆதித்தனார் கலந்துகொண்டார்.

உழுகின்ற உழவன் உணவில்லாமல் வாடும் வண்ணம் குறைந்த கூலி கொடுத்த மிராசுதாரர்களிடம் உழவர்களின் சார்பாளராக ஆதித்தனார் போரிட்டார்.

கூலிக்கொள்கை

"பேராசிரியர் பெனஹாம் கூற்றுப்படி ஊதியம் என்றால் உழைப்பாளர் ஒருவர், தாம் செலுத்திய பணிகளுக்கு ஈடாக அப்பணிகளைப் பெற்றவரிடமிருந்து ஒப்பந்த அடிப்படையில் பெறும் ஒரு குறிப்பிட்ட அளவு பணமேயாம்"[7] என்று கூறும் கூலிக் கோட்பாடு, கூலியைச் சரியாக நிர்ணயிக்கிறது. பணியின் அளவு எவ்வளவோ அதற்கு ஈடானது கூலியாகும்.

"ஒரு தொழிலாளி ஒரு தொழிற்சாலையில் பணிபுரியும்போது குறிப்பிட்ட நேரம் பணிபுரிய வேண்டும், கடமையுணர்ச்சியோடு

உழைக்கவேண்டும், முதலாளிகளிடமிருந்து ஆணையைப் பெற்று உற்பத்தியைப் பெருக்க முனைய வேண்டும் என்பதெல்லாம் முற்றும் உண்மையே. தம் பணிக்கேற்ற நியாயமான ஊதியம் பெற வாய்ப்பில்லை என்றால் அப்பணியை மறுக்க அவருக்கு உரிமை இருத்தல் வேண்டும். ஒரு முதலாளி அல்லது தொழிலதிபருக்கு எவ்வாறு, தான் செலுத்திய மூலதனத்திற்கு ஏற்ப இலாபம் பெற உரிமையுண்டோ அதுபோலவே தொழிலாளி தான் மேற்கொண்ட தியாகங்களுக்கு ஈடாக - உற்பத்திப் பணிகளுக்கு ஈடாக நியாயமான இலாபம் பெறத் தகுதியுடையவராகிறார்."[8] என்னும் கருத்து, தொழிலாளிக்கு இலாபத்தில் பங்கு உண்டு என்று கூறுகிறது.

உழவர்கள், இலாபத்தில் பங்கு கேட்கவில்லை. தங்கள் உழைப்பிற்கு ஏற்ற கூலியைத்தான் கேட்டனர். ஆனால், மிராசுதாரர்கள் இதற்கு உடன்படவில்லை வட்டாட்சியாளரிடம் ஏற்படுத்தப்பட்ட உடன்பாட்டை மீறினர்.

பெரும்புதூர் வட்டத்திற்கு உட்பட்ட மாத்தூர் உழவர்கள் ஆதித்தனார் தலைமையில் இந்த உடன்பாட்டு மீறலை எதிர்த்தனர். எனவே, மிராசுதாரர்கள் மாத்தூர் உழவர்களைப் புறக்கணித்துவிட்டு வெளியூர் விவசாயிகளை அழைத்துவந்து விவசாயத்தைத் தொடங்கினர். இதற்குக் காவல்துறையினரும் உடந்தையாக இருந்தனர்.

தொழிலாளர்களுக்கு நியாயமான கூலி கிடைக்கவும் அவர்களின் உரிமையை நிலைநாட்டவும் அறப்போர் தொடங்கினார் ஆதித்தனார். அறப்போர்க்குழு ஒன்று அமைக்கப்பட்டது. ஆதித்தனாரே அதற்குத் தலைவராகவும் இருந்து செயல்பட்டார்.

எல்லா உழவர்களும் ஒரே நாளில் மறியல் செய்து கைது ஆவதைவிட ஐந்து ஐந்து பேராக மறியல் செய்வது சிறந்தது என்று முடிவெடுக்கப்பட்டது. அதன்படி, "30.08.1955 முதல் 18.09.1955 வரை உழவர்கள் தொடர்ந்து மறியல் செய்தார்கள். சுமார் 300 பேர் கைது செய்யப்பட்டனர். 19.09.1955 அன்று ஆதித்தனாரே போராட்டத்தில் குதித்தார்."[9]

19ஆம் தேதி ஆதித்தனார் போராட்டத்தில் இறங்குவது குறித்து, 18ஆம் தேதியே அறிவிப்பு வெளியாகியது.

காவல்துறையினர் எப்படியாவது ஆதித்தனாரைக் கைது செய்துவிட வேண்டும் என்று இயங்கினர்.

18ஆம் தேதி இரவில் பெரும்புதூரில் உழவர் கூட்டம் நடைபெற்றது. அக்கூட்டத்தில் பங்கேற்றுக்கொண்ட ஆதித்தனாரைக் கைது செய்யவேண்டும் என்று வழியில் காத்திருந்தனர் காவல்துறையினர்.

இதை அறிந்த ஆதித்தனார் தமது காரில் செல்லாமல் நண்பர்களை அனுப்பி வைத்தார். மாத்தூர் செல்லும் வழியில் ஆதித்தனாரின் காரை வழிமறித்தனர். ஆதித்தனார் இல்லாததைக் கண்டு ஏமாந்த காவல்துறையினர் மாத்தூரில் காவல் இருந்தனர்.

காலையிலேயே ஆதித்தனார் போராட்டத்தில் கலந்துகொள்வார் என்று எதிர்பார்க்கப்பட்டது. எனவே, காலையிலேயே காவல்துறையினர் மாத்தூரில் கூடிவிட்டனர். ஆனால், ஆதித்தனார் காலையில் மாத்தூருக்கு வரவில்லை.

முந்தைய நாள் இரவு பெரும்புதூரில் இருந்து கால்நடையாகச் செரப்பணஞ்சேரி என்ற ஊரை அடைந்திருந்த ஆதித்தனார் 19ஆம் தேதி மாலை 5.00 மணிக்குத் திடீரென்று போராட்ட இடத்திற்கு வந்தார்.

ஆதித்தனாரைக் கண்ட உழவர்கள் மகிழ்ந்து ஆரத்தி எடுத்து வெற்றித் திலகமிட்டு அவரை மறியல் செய்ய அனுப்பி வைத்தனர். அவருடன் ஐந்து ஆண் தொண்டர்களும் ஐந்து பெண் தொண்டர்களும் மறியலுக்குச் சென்றனர்.

"ஆதித்தனார் திடீரென்று வரவே, போலீசார் திகைப்பு அடைந்தார்கள். 'ஒப்பந்தத்தை அமுல் நடத்து! உழவர் கோரிக்கையை ஏற்றுக்கொள்!' என்று முழக்கமிட்டுக்கொண்டே அவர் மறியல் செய்யத் தொடங்கியதும், அவரைக் கைது செய்தார்கள். அவருடன் வந்த தொண்டர்களும் கைது செய்யப்பட்டனர்."[10]

அன்று இரவு முழுவதும் ஆதித்தனார், மணிமங்கலம் காவல் நிலையத்தில் காவலில் வைக்கப்பட்டார். அடுத்தநாள் காலை, சென்னை மத்திய சிறைக்கு அழைத்துச் செல்லப்பட்டார்.

ஆதித்தனார் கைது செய்யப்பட்டதை அறிந்து செங்கல்பட்டு முழுவதும் உள்ள உழவர்கள் ஊர்வலங்கள் நடத்தினர்.

ஆங்காங்கே பொதுக்கூட்டங்கள் நடத்தினர். உழவர் போராட்டம் தமிழ்நாடு முழுவதும் பரவும் நிலை ஏற்பட்டது. சிறையில் இருந்தவாறே போராட்டத்திற்கு ஆதித்தனார் வழிவகுத்தார். 30.09.1955 வரை ஐந்நூற்றிற்கும் மேற்பட்ட உழவர்கள் கைதானார்கள்.

கைவிலங்கு

"28.09.1955 அன்று ஆதித்தனாரைச் சைதாப்பேட்டை நீதிமன்றத்துக்குப் போலீசார் அழைத்துவந்தார்கள். போலீஸ் லாரியில் இருந்து அவர் இறங்கியதைப் பார்த்ததும் தொண்டர்களும் மற்றவர்களும் திடுக்கிட்டார்கள். ஏனென்றால், அவர் கைகளிலே விலங்கிடப்பட்டு இருந்தது"[11] என்று உழவர்களுக்காகப் போராடிய ஆதித்தனாரின் கைகளில் விலங்கிடப்பட்ட நிலையை அமைச்சர் ஆதித்தனார் என்னும் நூல் விளக்கியுள்ளது.

சைதாப்பேட்டை நீதிமன்றத்தில் ஆதித்தனாரின் காவல் உத்தரவு நீட்டிக்கப்பட்டது. மீண்டும் ஆதித்தனார் சிறையில் அடைக்கப்பட்டார்.

உழவர்கள் மீண்டும் போராடினர். உழவர் போராட்டத்தை ஒரு முடிவிற்குக் கொண்டுவர எண்ணிய அரசு 03.10.1955 அன்று ஆதித்தனாரை விடுதலை செய்தது. வேளாண்மைத்துறை அமைச்சராக இருந்த மாணிக்கவேலர் ஆதித்தனாரை அழைத்துப் பேசினார். உழவர்களின் கோரிக்கை ஏற்றுக்கொள்ளப்பட்டது. புதிய கூலி நிர்ணய ஒப்பந்தம் ஒன்று உருவானது.

மருத்துவமனைத் தொழிலாளர் போராட்டம்

1957ஆம் ஆண்டு ஆதித்தனார் மருத்துவமனைத் தொழிலாளர் சங்கத்தலைவராக இருந்தார். அதே ஆண்டு சட்டப்பேரவையில் மருத்துவமனைத் தொழிலாளர்களுக்காக ஆதித்தனார் போராடினார்.

நாளுக்கு நாள் நோயாளிகளின் எண்ணிக்கை கூடுகிறது. ஆனால், தொழிலாளர்களின் எண்ணிக்கை கூடவில்லை என்பதை, "ஆஸ்பத்திரியிலே சிகிச்சைக்கு என்று ஏற்படுத்தியிருக்கிறவர்களின் எண்ணிக்கையை அதிகரிக்க

வேண்டும்; எல்லாவற்றுக்கும் மேலாக, சிப்பந்திகளின் எண்ணிக்கையை அதிகரிக்க வேண்டும்"[12] என்று கூறியுள்ளார்.

மருத்துவமனைகளில் பணியாற்றும் தொழிலாளர்கள் ஒருநாள் 12 மணிநேரம் உழைக்கிறார்கள். அவர்களுடைய வேலைநேரம் கட்டுக்குள் வரவேண்டும் என்று கூறியுள்ளார்.

நூறாண்டுகளுக்கு முன்பு எல்லாத் தொழிலகங்களிலும் தொழிலாளர்களின் உழைப்புச் சக்தியினை நாள் ஒன்றுக்கு 12 மணி நேரம் முதல் 16 மணி நேரம் வரை உழைக்கச் செய்து அதன் விளைவுகளை உற்பத்தியாளர்கள் பெற்றுப் பயனடைந்தார்கள்.[13] அதே நிலைதான் இப்போது மருத்துவமனைத் தொழிலாளர்கள் வேலை நேரத்திலும் உள்ளது. இந்த நிலை மாறவேண்டும் என்பதை,

"ஒரு முதலாளி ஒரு தொழிலாளியிடமிருந்து எட்டுமணி நேரத்திற்குமேல் வேலை வாங்கினால் அவர் மீது வழக்குத் தொடரவேண்டும் என்று சட்டம் இருக்கும்போது, நான் கேட்கிறேன் ஏன் அரசாங்க ஊழியர்களிடமிருந்து எட்டுமணி நேரத்திற்குமேல் வேலை வாங்குகிறீர்கள்?"[14] என்று ஆதித்தனார் கேட்டார்.

அரசு மருத்துவமனைகளில் பணிபுரியும் தொழிலாளர்கள் நோயாளிகளைச் சரியாகக் கவனிப்பது இல்லை என்று குறை கூறுகிறார்கள். இந்தத் தவறு தொழிலாளர்கள் பக்கம் இல்லை. அரசிடமே இருக்கிறது என்பதை, "ஏற்கனவே இருக்கிற சிப்பந்திகளை வைத்துக்கொண்டு நோயாளிகளை ஒன்றிற்கு இரண்டு மடங்காக அனுமதித்தால் ஏன் கவனிப்புக் குறைவு ஏற்படாது. ஒரு சிப்பந்தி ஏழு நோயாளிகளுக்குமேல் பார்க்க வேண்டியதில்லை என்று அரசாங்கத்தில் விதி இருப்பதாகச் சொல்கிறார்கள். ஆனால், ஒரே சிப்பந்தி ஒரே நேரத்தில் எழுபது நோயாளிகளைக் கவனிக்க வேண்டிய நிலை ஏற்படுகிறது"[15] என்று மருத்துவமனைத் தொழிலாளர்களின் வேலைச் சுமையைக் குறிப்பிட்டுள்ளார்.

நோயாளிகளின் கவனிப்புக் குறைவைச் சரி என்று சொல்லும் நோக்கில் இது கூறப்படவில்லை. ஏழுபேரைக் கவனிக்க வேண்டிய ஒரு தொழிலாளி ஏழுபேருக்குமேல் கவனிக்க நேரிடும்போது இயல்பாகவே கவனிப்புக் குறைகிறது என்னும் நோக்கில் கூறப்படுகிறது.

மேலும், அரசு மருத்துவமனைகளில் பணிபுரியும் பணியாளர்கள் ஞாயிற்றுக்கிழமைகூட விடுமுறை இல்லாமல் உழைக்கிறார்கள் என்பதைச் "சர்க்கார் ஆஸ்பத்திரிகளில் வேலை செய்யும்போது தொழிலாளர்களை ஒரு ஞாயிற்றுக்கிழமை முதல் இன்னொரு ஞாயிற்றுக்கிழமை வரை வாரத்திற்கு ஒருநாள் விடுமுறையே இல்லாமல் வேலை வாங்குகிறார்கள் இது நியாயமா?"16 என்று கேட்டார் ஆதித்தனார்.

எல்லாப் பணியார்களுக்கும் வாரத்தில் ஒருநாள் ஓய்வு என்பது அரசுவிதி. அது வாரத்தின் எந்த நாளாகவும் இருக்கலாம். அந்த ஒருநாள் ஓய்வுகூட இல்லாமல் உழைக்க வேண்டிய நிலைக்கு மருத்துவமனைத் தொழிலாளர்கள் தள்ளப்படுகின்ற அவல நிலையை எடுத்துக்காட்டினார்.

மருத்துவமனைத் தொழிலாளர்கள் வாங்கும் குறைந்த ஊதியம் அவர்களை வறுமையில் தள்ளுகிறது. அவர்களையே நோயாளிகளாக்குகிறது. அவர்களது ஊதியம் உயர்த்தப்பட வேண்டும்; எட்டு மணி நேர வேலை என்ற நிர்ணயம் வேண்டும்; வாரத்திற்கு ஒருநாள் விடுமுறை வழங்க வேண்டும் என்னும் கோரிக்கைகளைச் சட்டப் பேரவையில், "ஆஸ்பத்திரித் தொழிலாளர்கள் மனிதர்களைப்போல் வாழ்வதற்கு அவர்கள் சம்பளத்தை உயர்த்த வேண்டும்; அவர்களுடைய வேலைப் பளுவைக் குறைக்க வேண்டும்; வாரந்தோறும் ஒருநாள் லீவு கொடுக்க வேண்டும்"17 என்று கேட்டுப் போராடினார்.

இன்று மருத்துவமனைத் தொழிலாளர்கள் குறிப்பிட்ட நேரம் உழைத்து வாரத்திற்கு ஒருநாள் விடுமுறை பெறுகிறார்கள் என்றால் அதற்கு வழிவகுத்தவர் ஆதித்தனார் ஆவார்.

பட எரிப்புப் போராட்டம்

'நாம் - தமிழர்' இயக்கத்தைத் தொடங்கி நடத்திய ஆதித்தனார். தனித் தமிழ்நாடு என்னும் இலட்சியத்தைக் கொண்டிருந்தார். அந்த இலட்சியப் பாதையில் நடந்த ஆதித்தனாரும் திராவிடர் கழகத் தலைவர் பெரியார் ஈ.வெ.ரா. அவர்களும் தனித்தமிழ்நாடு பெறுவதற்காக இந்திய நாட்டுப் படத்தை எரித்துப் போராட்டம் நடத்துவது என்று முடிவு செய்தனர்.

பெரியாரும் ஆதித்தனாரும் கொள்கையளவில் மாறுபாடு கொண்டவர்கள். ஆனால், 'தனித்தமிழ்நாடு' என்று வரும்போது இருவரும் இணைந்தே செயல்பட்டனர். இதை, "எனக்கும் ஈ.வெ.ரா. பெரியாருக்கும் வேறு கொள்கைகளில் மாறுபாடுகள் இருக்காலம். ஆனால், 'தனித்தமிழ்நாடு' என்ற கொள்கையில் நாங்கள் இருவரும் ஒரே கருத்துடையவர்கள். ஆகவே, தனித்தமிழ்நாடு பெற இருவரும் ஒன்றுபட்டுப் போராடுகிறோம்"[18] என்று ஆதித்தனார் கூறியுள்ளார்.

மாநாடு

06.07.1958இல் மன்னார்குடியில் சுதந்திரத் தமிழ்நாட்டின் மாநாடு நடைபெற்றது. மாநாட்டிற்குத் தலைமை தாங்கும்படி ஆதித்தனாரை வழிமொழிந்து பெரியார், "சுதந்திரத் தமிழ்நாடு என்னும் பாதையில் நான் ஆதித்தனாருடன் சேர்ந்து செல்லுகிறேன். தமிழ்நாட்டுக்கு விடுதலை வேண்டும் என்னும் கிளர்ச்சியில் அவருக்கு இருக்கிற ஆர்வமும் ஊக்கமும் நம்மையெல்லாம் பின்னுக்குத் தள்ளும்படி செய்துவிட்டது எனலாம். தமிழகச் சுதந்திரத்திற்காக நடைபெறும் இம்மாநாட்டுக்குத் தலைமை வகிக்க ஆதித்தனாரைத் தவிர வேறு யாரும் கிடைப்பது அரிது"[19] என்று கூறினார்.

அந்த மாநாட்டில் 'இந்திய நாட்டுப் படத்தைத் தமிழ்நாடு நீங்கலாக எரிப்பது' என்ற தீர்மானம் நிறைவேறியது. போராட்ட நாளை ஆதித்தனாரும் பெரியாரும் பின்னர் முடிவுசெய்வது என்றும் முடிவெடுத்தனர்.

ஆதித்தனார் மாநாட்டிற்கு வந்திருந்தவர்களை நோக்கி, "தமிழ்நாடு நீங்கிய தேசப்படத்தை..!" என்று குரல்கொடுத்தார். "எரிப்போம்! எரிப்போம்!" என்று கூடியிருந்த ஆயிரக்கணக்கான மக்களும் முழக்கமிட்டனர்.

இந்திய நாட்டுப்படத்தை எரிப்பதால் தமிழ்நாடு தனி நாடாகி விடுமா? என்று சில தேசியவாதிகள் கேலி செய்தனர். அதற்கு, 10.08.1959இல் சென்னையில் மாநிலத் தனித் தமிழ்நாடு மாநாட்டிற்குத் தலைமை தாங்கிய ஆதித்தனார் பதில் அளித்தார்.

"நெருப்பைக் கொளுத்தி உப்பைக் காய்ச்சியும் வெள்ளைக்காரன் துணிகளை வீதியிலே போட்டுத் தீவைத்துக்

கொளுத்தியும், இந்தியாவுக்குக் காந்தியார் சுதந்திரம் வாங்கிக்கொடுத்ததை அவர்கள் மறந்துவிட்டார்கள் போலும்"[20] என்று ஆதித்தனார் கூறினார்.

தமிழ்நாடு முழுவதும் பட எரிப்புப் போராட்டம் நடைபெற வேண்டும் என்பதற்காகத் தமிழ்நாடு முழுவதும் பெரியாரும் ஆதித்தனாரும் பயணம் மேற்கொண்டனர். வீட்டிற்கு ஒரு வீரன் பட எரிப்புப் போராட்டத்தில் பங்கேற்க வேண்டும் என்று வேண்டுகோள் விடுத்தனர்.

பட எரிப்புப் போராட்ட விளக்கக் கூட்டத்தில் ஆதித்தனார் பேசிக்கொண்டிருக்கும்போதே வெங்கடாசலம் என்ற சிறுவனும் தங்கவேலு என்ற இளைஞரும் இரா.சுப்பிரமணியம் என்ற இளைஞரும் வெவ்வேறு இடங்களில் ஆதித்தனாரிடம் 'நான் போராட்டத்தில் கலந்துகொள்ளத் தயார்' என்று இரத்தக் கையெழுத்துப் போட்டுக் கொடுத்தனர்.

புரட்சிக்கவிஞரின் வாழ்த்து

பாவேந்தர் பாரதிதாசன் 'குயில்' என்ற இதழை நடத்திக்கொண்டிருந்தார். 'தமிழா ஏறு! தமிழ் மகளே ஏறு!' என்ற தலைப்பில் பட எரிப்புப் போராட்டம் பற்றி,

> தமிழ்நாடு நம் தாய்நாடு!
> அதை நமதாக்க வேண்டும்!
> ஏறு! தமிழா ஏறு!
> ஏறு தமிழ் மகளே ஏறு!
> நீ ஒரு தமிழன் என்பதை மறவாதே! வடவரின்
> ஆட்சியை ஒழிக்க, இந்தியை விலக்க,
> தமிழகத்தை விடுவிக்க
> ஏறு! எடு தீப்பந்தத்தை!
> பெரியாரை வாழ்த்து! ஆதித்தனாரை வாழ்த்து!
> ஏறு! வெல்க படஎரிப்புப்போர்[21]

என்று எழுதினார்.

15.05.1960 அன்று திருச்சியில் ஆதித்தனாரும் பெரியாரும் சந்தித்துப் பேசி ஜூன் 5ஆம் தேதி பட எரிப்புப் போராட்டத்தை நடத்துவது என்று முடிவெடுத்தனர். அன்று மாலை 6 மணிக்கு மேல் 8 மணிக்குள் தீப்பந்தங்களுடன் ஊர்வலம் வந்து

பொதுக்கூட்டத்தில் நாட்டுப்படத்தை எரிக்கவேண்டும் என்று முடிவெடுத்தனர்.

பட எரிப்புப் போராட்டத்திற்கென இலட்சக்கணக்கான நாட்டுப்படங்கள் அச்சிடப்பட்டன. அப்படங்களுடன் பெரியாரும் ஆதித்தனாரும் தூத்துக்குடியில் இருந்து ஒன்றாகப் புறப்பட்டனர். வழி நெடுக, தொண்டர்களுக்குப் படங்களைக் கொடுத்துக்கொண்டே 3ஆம் நாள் சென்னை வந்தனர்.

நான்காம் நாள் மாலையில் சென்னைக் கடற்கரைக் கூட்டத்தில் பெரியாரும் ஆதித்தனாரும் பேசுவதாக இருந்தது. ஆனால், காவல்துறையினர் அனுமதி வழங்க மறுத்துவிட்டனர். அதுமட்டுமல்லாமல் தமிழ்நாடு மற்றும் பாண்டிச்சேரியில் கூட்டம், ஊர்வலம் நடத்தத் தடை விதிக்கப்பட்டது.

போராட்டம்

ஞாயிற்றுக்கிழமை மாலை 6 மணிக்குத்தான் போராட்டம். ஆனால், சனிக்கிழமை முதலே தொண்டர்கள் கைது செய்யப்பட்டனர். ஞாயிற்றுக்கிழமை காலையில் ஆதித்தனாரைக் கைது செய்ய அவரது இல்லத்திற்குக் காவல்துறையினர் சென்றனர். அங்கே அவர் இல்லாததால் நாம் - தமிழர் இயக்கத் தலைமை நிலையமான தமிழன் இல்லத்தில் வந்து ஆதித்தனாரைக் கைது செய்தனர்.

பெரியாரை அவரது வீட்டிற்குச் சென்று காவல்துறையினர் கைது செய்தனர்.

"தலைவர்கள் கைது செய்யப்பட்ட போதும் தடையை மீறிக் கடற்கரையில் போராட்டம் நடக்கவே செய்தது. பல நூற்றுக்கணக்கான பேர்கள் படத்தை எரித்தார்கள். 'தனித்தமிழ்நாடு அடைந்தே தீருவோம்! பெரியார் வாழ்க! ஆதித்தனார் வாழ்க!' என்று முழக்கமிட்டார்கள். குதிரைப்படைப் போலீசார் பாய்ந்துபாய்ந்து படங்களைப் பறித்தார்கள். தொண்டர்கள் தேசப்படங்களைப் பலூன்களில் கட்டி, தீயிட்டுப் பறக்கவிட்டார்கள்."[22]

பட எரிப்புப் போராட்டத்தில் கலந்துகொண்டு தமிழ்நாடு முழுவதும் இருந்து குடும்பம் குடும்பமாகக் கைதானார்கள்.

திருவாரூர் சோமசுந்தரம் தம் மனைவி தங்கம்மாளுடன் சிறை சென்றார். சிதம்பரத்தில் வி.கே.சாமிதுரை தம் மனைவி மூன்று குழந்தைகளுடன் கைது செய்யப்பட்டார். மேட்டூரில் நங்கை காதர் தம் மனைவி மக்களுடன் சிறை புகுந்தார்.

பம்பாயில் வாழ்ந்த தமிழர்களும் பட எரிப்புப் போரில் கலந்துகொண்டனர். அவர்கள் இந்திய நாட்டுப்படத்தைத் தமிழ்நாடு நீங்கலாக எரித்துச் சாம்பலை இந்தியத் தலைமை அமைச்சர் நேருவுக்கு அனுப்பி வைத்தனர்.

இந்தி எதிர்ப்புப் போராட்டம்

தென்னகத்தில் குறிப்பாகத் தமிழ்நாட்டில் இந்தியின் ஆதிக்கப் போக்கைத் தமிழ் மக்கள் எதிர்த்தே வந்தனர்.

நம் இனிய தமிழ்த்தாயைக் கருவறுத்துப்
போடும் கத்தியடி இந்தி[23]

என்று பாடிய பாரதிதாசன்,

இந்தி எதிர்த்திட வாரீர் - நம்
இன்பத்தமிழ்தனைக் காத்திட வாரீர்[24]

என்று இந்தியை எதிர்த்துத் தமிழைக் காக்க அழைத்தார்.

இந்தியை எதிர்க்க, தமிழர்களைத் தட்டி எழுப்ப நினைத்த பாரதிதாசன் தமிழ் இளைஞர்களைக் கடலாக உருவகித்தார்.

குமுறும் தமிழ்க்கடலே - இந்தி
கொணரும்பகைமேல் எழுவாய்[25]

என்று எழுச்சிப் பாடல் பாடி இளைஞர்களை எழுப்புகிறார்.

“இந்தியைப் பொதுமொழியாக்குவதால் நாட்டிற்கு நன்மை இல்லை. அதனால், தமிழ்மக்களின் முன்னேற்றத்திற்குத் தடை உண்டாகும். தமிழ்மொழியின் வளர்ச்சி குன்றும்.”[26] என்று பெரியார் இந்தி மொழியை எதிர்த்தார்.

“இந்தித் திணிப்புக்கு இன்பத்தமிழர்கள் எந்நாளுமே எதிர்ப்புத் தெரிவித்து வருகிறார்கள். இந்தித் திணிப்பா, எங்கே? என்று தேசியவாதிகள் அதை மறைக்கப் பார்க்கிறார்கள். ஒரு காசு நாணயம் ஒன்றைக் கையிலே எடுத்துப் பாருங்கள். அதிலே இந்தி இருக்கும் என்று அவர்களுக்கு ஆதித்தனார் பதில் அளித்தார்.”[27]

1965ஆம் ஆண்டிலிருந்து இந்தியே இந்தியாவில் ஆட்சிமொழி என்று இந்திய அரசால் இந்திய அரசியல் சட்டத்தில் தெரிவிக்கப்பட்டுள்ளது. இந்தியை ஆட்சிமொழியாக்குவதற்கான ஆயத்த வேலைகளில் இப்பொழுதே இறங்கும்படி அப்பொழுது (1960) குடியரசுத் தலைவராக இருந்த இராசேந்திர பிரசாத் கட்டளையிட்டார். இந்தி பேசாதவர்கள் விரும்பும் வரை இந்தியை ஆட்சி மொழியாக்க மாட்டோம் என்று இந்தியத் தலைமை அமைச்சர் கொடுத்த உறுதிமொழிக்கு எதிராக இந்த உத்தரவு இருந்தது.

அதே ஆண்டு ஆகஸ்ட் ஆறாம் நாள் முதல் 16ஆம் நாள் வரை இராசேந்திரபிரசாத் தமிழ்நாட்டில் சுற்றுப்பயணம் செய்யத் திட்டமிட்டிருந்தார். இராசேந்திரபிரசாத்திற்கு 1960ஆம் ஆண்டு ஆகஸ்ட் திங்கள் 13ஆம் நாள் கறுப்புக்கொடி காட்டத் திட்டமிட்டிருந்தார் ஆதித்தனார். ஆனால், 11ஆம் நாள் அன்றே ஆதித்தனார் கைது செய்யப்பட்டார். சென்னைக்கு வருவதற்காக மதுரையிலிருந்து தொடர்வண்டியில் ஏறும்பொழுது கைது செய்யப்பட்டார். ஆகஸ்ட் 16ஆம் நாள் குடியரசுத் தலைவர் தலைநகர் சென்ற பிறகே ஆதித்தனார் விடுவிக்கப்பட்டார்."[ii] என்று ஆதித்தனாரின் தமையனார் தெரிவித்துள்ளார்.

இந்தியை எதிர்த்துப் போராடிய ஆதித்தனார் சிறை சென்றதைப் பாராட்டி, பாரதிதாசன் "இந்திப்போர் மூளுக! இந்திக்குச் சிறை சென்ற ஆதித்தனார் வாழ்க, இந்தியை எதிர்க்கும் மாணவர் வெல்க" என்னும் பாடலைப் பாடியுள்ளார்.

> உடலெல்லாம் பொருளெல்லாம் ஆவி எல்லாம்
> உயர்தமிழுக்கே எனுமாதித்தனார்தாம்
> தடைசெய்வேன் கருங்கொடியால் என்றெழுந்தார்
> தமிழ்கொல்லும் ஆளவந்தார் சிறையில் போட்டார்
> நாம் தமிழர் இயக்கத்தார் நாமும் என்றார்
> நாடாள்வார் அவரையும் தாம் சிறையிற் போட்டார்
> நாம் தமிழர் இயக்கத்தார் நடுங்கவில்லை
> நம்தமிழர்க்குச் சிறையென்றால் கற்கண்டென்றார்
> … … …
> வேந்தான பிரசாதை வெறுத்துரைத்த
> சிவஞான மேலோனும் வாழ்க நன்றே!
> ஆதித்தனார் வாழ்க அவரியக்கம்
> நாம் தமிழர் அதுநாளும் வாழ்க! வாழ்க![28]

என்று இந்தி எதிர்ப்பில் கலந்துகொண்ட ஆதித்தனாரையும் நாம் - தமிழர் இயக்கத்தையும் வாழ்த்தியுள்ளார் பாரதிதாசன்.

1965ஆம் ஆண்டிலும் சனவரி, பிப்ரவரி மாதங்களில் தமிழ்நாட்டு மாணவர்கள் இந்தி எதிர்ப்புப் போராட்டம் நடத்தினர். ஆதித்தனார் அவர்களுக்கு முழு ஆதரவு வழங்கினார்.

இந்த மொழிப் போராட்டத்தை ஆதி மக்களின் போராட்டங்களுடன் ஒப்பிட்டுள்ளார் ரோனால் சேகால் என்னும் அறிஞர்.

"ஆரியத்தின் வழி வந்த இந்தியை நாட்டின் ஆட்சி மொழியாக ஏற்க மறுத்த தென்னகத்துத் திராவிடர்களால் நடத்தப்படும் மொழிப் போராட்டம் பல்லாயிரம் ஆண்டுகளுக்கு முன்பே வெளிப்படையெடுப்புகளை எதிர்த்து ஆதி மக்கள் நடத்திய போராட்டத்தையே பெரிதும் ஒத்திருக்கிறது"[29] என்று குறிப்பிட்டுள்ளார்.

சான்றெண் விளக்கம்

1.	கோ.செயராமன்	கூலிக்கோட்பாடுகளும் தொழிலாளர் பிரச்சினைகளும் ப.217
2.	குரும்பூர் குப்புசாமி	அமைச்சர் ஆதித்தனார் ப.53
3.	பாரதியார் 'சுதந்திரப்பள்ளு'	பாரதியார்கவிதைகள்
4.	ஔவையார்	ஆத்தி சூடி
5.	பாரதிதாசன்	பாரதிதாசன் கவிதைகள் 'குடியானவன், இரண்டாம் தொகுதி'
6.	கே.செயராமன்	கூலிக்கோட்பாடுகளும் தொழிலாளர் பிரச்சினைகளும் ப.254
7.	கோ.செயராமன்	கூலிக்கோட்பாடுகளும் தொழிலாளர் பிரச்சினைகளும் ப.3
8.	கோ.செயராமன்	கூலிக் கோட்பாடுகளும் தொழிலாளர் பிரச்சினைகளும் ப.3
9.	குரும்பூர் குப்புசாமி	அமைச்சர் ஆதித்தனார் ப.55
10.	குரும்பூர் குப்புசாமி	அமைச்சர் ஆதித்தனார் ப.56
11.	குரும்பூர் குப்புசாமி	அமைச்சர் ஆதித்தனார் ப.58

12.	சி.பா.ஆதித்தனார்	ஆஸ்பத்திரித் தொழிலாளர் அவல நிலை ப.6
13.	கோ.செயராமன்	கூலிக் கோட்பாடுகளும் தொழிலாளர் பிரச்சினைகளும் ப.28
14.	சி.பா.ஆதித்தனார்	ஆஸ்பத்திரித் தொழிலாளர் அவல நிலை ப.7
15.	சி.பா.ஆதித்தனார்	ஆஸ்பத்திரித் தொழிலாளர் அவல நிலை ப.7
16.	சி.பா.ஆதித்தனார்	ஆஸ்பத்திரித் தொழிலாளர் அவல நிலை ப.8
17.	சி.பா.ஆதித்தனார்	ஆஸ்பத்திரித் தொழிலாளர் அவல நிலை ப.12
18.	குரும்பூர் குப்புசாமி	அமைச்சர் ஆதித்தனார் ப.38
19.	குரும்பூர் குப்புசாமி	அமைச்சர் ஆதித்தனார் ப.38
20.	குரும்பூர் குப்புசாமி	அமைச்சர் ஆதித்தனார் ப.40
21.	குரும்பூர் குப்புசாமி	அமைச்சர் ஆதித்தனார் ப.42
22.	குரும்பூர் குப்புசாமி	அமைச்சர் ஆதித்தனார் ப.45
23.	பாரதிதாசன்	ஏற்றப்பாட்டு - பாரதிதாசன் கவிதைகள் - மூன்றாம் தொகுதி"
24.	பாரதிதாசன்	வேங்கையே எழுக ப.91
25.	பாரதிதாசன்	வேங்கையே எழுக ப.95
26.	சாமி.சிதம்பரனார்	தமிழர் தலைவர் ப.174
27.	குரும்பூர் குப்புசாமி	அமைச்சர் ஆதித்தனார் ப.46
28.	பாரதிதாசன்	வேங்கையே எழுக ப.89, 90
29.	Ronald Segal	The Crisis of India P.21

அடிக்குறிப்பு

i. அ.மா. சாமி, நேர்காணல் நாள் : 25.05.1990
ii. சி.தையல்பாக ஆதித்தனார், நேர்காணல் நாள் : 10.10.1989

ஆதித்தனாரின் தமிழப் பேரரசு!

1. பெருமை கொள்வாய்

தமிழ்நாட்டின் மீது, இளந்தமிழர்களுக்குப் பற்று உண்டாவதைத் தடுக்க வேண்டும் என்கிற நோக்கத்துடன் எழுதப்பட்ட புத்தகங்கள் பல வெளியாகி உள்ளன. தொடக்கப்பள்ளிகளில் படிக்கிற 8,9,10 வயதான தமிழ் மாணவர்களுக்கு, அரசு ஏற்படுத்தியுள்ள பாடப் புத்தகங்களும் அதே நோக்கத்துடன் எழுதப்பட்டுள்ளன. அந்தப் புத்தகங்களைப் படிக்கிற மாணவர்களுக்குத் 'தமிழன்' என்ற உணர்ச்சி உண்டாகாமல் இருக்கக்கூடிய வகையில் அவை உள்ளன.

நமது நாடு

தமிழ்நாடு முழுவதிலும் தொடக்கப்பள்ளிகளில் கற்றுக் கொடுப்பதற்காக, 'பூகோள சாத்திரம்' ஒன்று எழுதப்பட்டு இருக்கிறது. அதில் தமிழ்நாட்டைப் பற்றி ஏதாவது சொல்லப்பட்டு இருக்கிறதா? இல்லை! என்ன எழுதியிருக்கிறது, பாருங்கள் -

"நாம் வசிக்கும் தேசத்துக்கு இந்தியா என்று பெயர். இதன் தென் பாகமாகிய தென்னிந்தியாவில் உள்ள சென்னை மாகாணத்தில் நாம் வசிக்கிறோம்..."

இதிலே, 'தமிழ்நாடு' என்ற சொல்கூடக் காணப்படவில்லை! நாம் வாழுகிற நாடு, தமிழ்நாடு என்று சொல்லிக்கொடுத்தால் என்ன? தமிழ்நாடு என்று சொன்னால் தமிழ்ப் பிள்ளைகளின் பிஞ்சு மனங்களில் தமிழ்நாடு என்கிற பற்று பதிந்துவிடும் என்ற அச்சமா?

பண்டைய சிறப்பு

அதே காரணத்துக்காகத்தான் தமிழகத்தின் வரலாறும் தமிழ் மாணவர்களுக்குக் கற்பிக்கப்படுவது இல்லை. தமிழகத்தை ஆண்ட பண்டைய மன்னர்களின் சிறப்பையும், வீரத்தையும் தெரிந்துகொண்ட தமிழ் இளைஞர்களின் உள்ளத்திலே, மீண்டும் தமிழகம் சிறப்புற்று விளங்க வேண்டும் என்ற எண்ணம் தோன்றும். இவ்வாறு தோன்றாமல் தடுப்பதற்காகவே, அந்த வரலாறு, தமிழ் இளைஞர்களின் கண்ணில் படாமல் மறைக்கப்படுகிறது!

தமிழக வரலாறு

தமிழ்நாட்டின் வரலாற்றில், 600 ஆண்டு என்பது ஒரு "கால வட்டம்". அதாவது, 600 ஆண்டு வாழ்வும், அதன்பின் 600 ஆண்டு தாழ்வுமாக மாறிமாறி வந்து கொண்டிருக்கின்றது.

60 ஆண்டுத் தொடரை ஓர் 'ஆண்டு வட்டம்' என்பதுபோல், 10 'ஆண்டு வட்டங்களை' (அதாவது 600 ஆண்டுகள்) கொண்டது தமிழ்நாட்டின் 'கால வட்டம்'.

பொற்காலம்

கி.மு. நான்காம் நூற்றாண்டில் இருந்து, கி.பி. 2ஆம் நூற்றாண்டு வரை 600 ஆண்டுகள் பிற நாட்டவர்களைத் தோற்கடித்து, அக்காலத்தில் மாந்தர்கள் வாழ்ந்த வையம் முழுவதையும் தமிழர்கள் ஆண்டார்கள். அந்தப் பொற்காலத்தில் குறிப்பிடத்தக்க மன்னர்கள்:

1. பொற்கைப் பாண்டியன்.
2. வடநாட்டு அரசர்களைத் தோற்கடித்த நெடுஞ்செழியன்.[1]
3. இமயத்தின் உச்சியில் புலி பொறித்த கரிகால் வளவன்.
4. இமயவரம்பன் நெடுஞ்சேரலாதன்.
5. கடல் பிறக்கோட்டிய செங்குட்டுவன்.
6. தென் தமிழரைத் தீதுரைத்த வட ஆரியரை வணக்குவித்த செங்குட்டுவன்.[2]

அடிமைக் கால வட்டம்

கி.பி. 2ஆம் நூற்றாண்டு வரை இவ்வாறு சிறப்பாக வாழ்ந்த தமிழர்களை, அதன்பிறகு, வடநாட்டு அரசர்கள் தோற்கடித்தார்கள். வடநாட்டு ஆரிய அரசர்கள் தமிழகத்தைக் கைப்பற்றி, வடமொழியை வளர்க்கலாயினர். கி.பி. 8ஆம் நூற்றாண்டு வரை 600 ஆண்டுகள் தமிழகம் தாழ்வுற்றது. வில், புலி, மீனக்கொடி மறைந்தது. வடமொழி வளர்ந்தது. தமிழகத்தை ஆண்ட வடநாட்டு மன்னர்களில் முதன்மையானவர்கள்.

1. விசய கந்த வர்மன்.
2. சிம்ம விஷ்ணு - பூவுலகில் சிங்கம் போன்ற சிம்ம விஷ்ணு, சேர சோழ பாண்டியரை அடக்கி ஆண்டான் என்று வடமொழிச் செப்பேடுகள் கூறுகின்றன. 'அவனி சுந்தரி கதை', 'மத்த விலாச பிரகசனம்' முதலிய வடமொழி நூல்களும், மகாபலிபுரச் சிற்பங்களும் சிம்ம விஷ்ணுவைப் பாராட்டுகின்றன.
3. மகேந்திரவர்மன் - 'மத்த விலாச பிரகசனம்' என்ற வடமொழி நாடகத்தை இயற்றியவர்.

இந்த மன்னர்களைத் தவிர, முதலாம் நரசிம்மவர்மன், பரமேசுவர வர்மன், இரண்டாம் நரசிம்மவர்மன் ஆகியோரின் ஆட்சியும் குறிப்பிடத்தக்கவை.

இரண்டாம் பொற்காலம்

மேற்கண்டவாறு, 600 ஆண்டுகள் வடநாட்டு அரசர்களுக்கும், வடமொழிக்கும் அடிமையாகக் கிடந்த தமிழினம், மீண்டும் கி.பி. 9ஆம் நூற்றாண்டில் தலை தூக்கியது.

அதிலிருந்து 600 ஆண்டுக்காலம் (அதாவது 14ஆம் நூற்றாண்டு வரை) தமிழ் மன்னர்களின் கொடி மீண்டும் பறந்தது. தமிழ்நாட்டை ஆண்ட அயலின அரசர்கள் விரட்டியடிக்கப்பட்டதும் அல்லாமல், பிறநாட்டவர்களும் தமிழர்களுக்கு அடிமை ஆயினர். அந்தக் கால வட்டத்தில் கீழ்க்காணும் அரசர்கள் தமிழகத்தின் சிறப்புக்குக் காரணமாக இருந்தார்கள்:

1. பராந்தகன் (சோழன்) - தமிழகத்தை ஒரு குடைக்கீழ் ஆண்டவன்; ஈழத்தை வென்றவன்.

2. அருண்மொழித்தேவர் என்ற இராசராசன் - மும்முடிச் சோழன் என்ற பெயர் பூண்டவன்; 'பழந்தீவு பன்னீராயிரமும் கொண்டான்' என்று பாராட்டப் பெற்றவன்.

3. இராசேந்திரன் - தற்போது தில்லி நகரம் இருக்கிற 'கங்கை நாடு', கடாரம் (மலாயா), ஆந்திரம், வங்காளம், பீகார், நக்காவரம் (நிகோபர்), சிரீவிசயம் (சுமத்திரா) ஆகிய நாடுகளை வென்றவன். கங்கை ஆற்றங்கரையிலிருந்த நாடுகளை ஆண்ட தம்மபாலன், இரணசூரன், கோவிந்தசந்தன், மகிபாலன் முதலிய வடநாட்டு அரசர்களை இராசேந்திர சோழன் தோற்கடித்ததாகவும், தோல்வியுற்ற அரசர்கள், தங்கள் தலையில் கங்கை நீர் சுமந்து சோழ மன்னனிடம் சேர்ப்பித்தார்கள் என்றும் கல்வெட்டுகள் கூறுகின்றன. இவ்வாறு தமிழர் நாகரிகம், வங்காளத்திலும், பிற நாடுகளிலும், கடல் கடந்த இடங்களிலும் பரவி இருந்தது.

4. குலோத்துங்கன்.

5. மாறவர்மன் குலசேகர பாண்டியன் - 'மார்க்கோ போலோ' என்ற இத்தாலிய நாட்டுக்காரரால் புகழப் பெற்றவன்; இலங்கையை வென்றவன்; தமிழ்நாடு முழுவதையும் ஒரு குடைக்கீழ் ஆண்டவன்.

தமிழ் அரசர்களின் சிறப்பு குலசேகர பாண்டியனுடன் முடிந்துவிட்டது என்று சொல்லலாம். அவருடன் 600 ஆண்டுப் 'பொற்காலம்' முடிவுற்றது.

அடிக்குறிப்பு

1. 'வடவாரியர் படை கடந்து
தென் தமிழ்நாடு ஒருங்கு காணப்
புரைதீர் கற்பின் தேவி தன்னுடன்
அரசு கட்டிலில் துஞ்சிய பாண்டியன் நெடுஞ்செழியன்'
(சிலம்பு 23 : 14 - 8)

2. ஆரிய மன்னர் ஈரைஞ் நூற்றுவர்க்கு
ஒருநீ யாகிய செருவெங் கோலம்
கண்விழித்துக் கண்டது கடுங்கண் கூற்றம்
(சிலம்பு 25 : 190 - 4)

2. அந்தோ தமிழ்நாடே!

உலகம் போற்றும் வகையில் 600 ஆண்டுக்காலம் தமிழர்கள் சிறப்பாக வாழ்ந்தபின், கி.பி. 14ஆம் நூற்றாண்டில் 'கறுப்புக் காலவட்டம்' தொடங்கியது.

தில்லியார் கொள்ளை

தில்லியிலே அரசு புரிந்த உருது சுல்தானுடைய படைத்தலைவன் 'மாலிக்கபூர்' என்பான், கி.பி. 14ஆம் நூற்றாண்டு தொடக்கத்தில், தமிழ்நாட்டுக்குள் நுழைந்து, நாட்டைக் கொள்ளையிட்டான். மாலிக்கபூர், 600 யானைகளையும், 20 ஆயிரம் குதிரைகளையும், ஒரு இலட்சம் பெட்டிகள் நிறையப் பொன், முத்துகளையும் கொள்ளையடித்துச் சென்றான்.

மாலிக்கபூரின் படைகள் வந்ததன் காரணமாகப் பாண்டிய மன்னர்கள் தெற்கே சென்றனர்.

அதன்பின், தமிழகம் அயலவர் ஆட்சிக்கு அடிமைப்பட்டது. பிறநாட்டு மன்னர்கள் ஒருவர் பின் ஒருவராகத் தமிழகத்தைச் சூறையாடினர்! தமிழ் இனத்தவர்கள் ஒற்றுமை குன்றி வாழ்ந்ததால், பிற நாட்டவர்களின் ஆட்சியைத் தடுக்க முடியாத நிலையில் வாழ்ந்தனர். தமிழகத்தின் அரசியல் வாழ்வு சீரழிந்தது.

வீரகேரளன் படையெடுப்பு

[1]திருவாங்கூரை ஆண்ட வீரகேரளன் என்ற மலையாளத்து அரசன், சேர, சோழ, பாண்டிய நாடு முழுவதையும் வென்று, சீர்காழியிலும் காஞ்சியிலும் அவனுடைய படைகளை நிறுத்தினான். தமிழ்நாடு முழுவதும் அவனுடைய கொடுங்கோல் ஆட்சிக்கு உட்பட்டுக் கிடந்தது.

வீரகேரளனுடைய கொடுங்கோல் ஆட்சியில் வாடிய தமிழ் மக்கள், விசயநகரப் பேரரசர்கள் அவனைத் தோற்கடித்தது குறித்து மகிழ்ச்சி அடைந்தார்கள். ஆனால், ஆந்திரப் படைத்தலைவன் 'கெம்பண்ணன்' என்பான், தமிழ்நாட்டைக் கைப்பற்றி, தமிழ்நாடு முழுவதையும் விசயநகர ஆந்திரர்களுக்கு அடிமைப்படுத்தினான்!

ஆந்திரர் ஆட்சி

விசயநகரப் பேரரசின் படைத்தலைவர்கள், இக்கேரி, சீரங்கப்பட்டணம், வேலூர், செஞ்சி, தஞ்சை, மதுரை ஆகிய இடங்களில் வீற்றிருந்து, தமிழ் மக்கள் மீண்டும் தலைதூக்காவண்ணம் நேரடி ஆட்சி புரிந்தனர். தமிழ் அரசர்கள் மறைந்த பின்னர், "யார் ஆண்டால் என்ன?" என்று எண்ணிப் பிறநாட்டவர்களுக்கு அடங்கி, அடிமையில் ஊறி, போர் வலி இழந்து கிடந்தனர் தமிழ்நாட்டு மக்கள்!

பாண்டியர் படுகொலை

ஆந்திர மன்னர்கள் 'நாயக்கர்' என்ற பெயரால் மதுரையையும், திருச்சியையும் தலைநகராகக் கொண்டு தமிழகத்தை ஆண்டார்கள். வடநாட்டுப் பழக்கவழக்கங்களைத் தமிழ் மக்களிடையே பெருவாரியாகப் புகுத்தியவர்கள், ஆந்திர மன்னர்களே ஆவர். அவர்களில் முதன்மையான விசுவநாத நாயக்கன் என்பான், பாண்டிய மன்னரின் குடிவழியினரைப் பூண்டோடு ஒழிக்கவேண்டும் என்று கருதி, பாண்டியர் மரபில் வந்தவர்களை எல்லாம் கொன்று குவித்தான்! அரச பீடத்துக்கு உரிமை கோரிய கடைசி 5 பாண்டியர்கள் - பஞ்சவழுதிகள் - கயத்தாற்றில் வாள் ஏந்திப் போரிட்டு, ஆந்திர மன்னன் விசுவநாத நாயக்கரின் படைகளால் கொல்லப்பட்டார்கள்.

ஆங்கிலேயர்கள்

நாயக்க அரசர்களுக்குப் பின் சந்தா சாகிப், ஐதர் அலி முதலிய உருது நவாபுகள் தமிழ்நாட்டைக் கைப்பற்றியதும், அவர்களுக்குப் பின் ஆங்கிலேயர்கள் தமிழ்நாட்டை அடிமைப்படுத்தியதும் தமிழகத்தின் வரலாற்றில் நன்கு தெரிந்த நிகழ்ச்சிகள்!

தில்லியார் வல்லாண்மை

ஆங்கிலேயர்கள் தமிழகத்தைவிட்டுச் சென்றபோது தமிழ்நாட்டைத் தில்லி அரசினரின் கீழ் ஒரு 'மாகாணம்' என்று

ஆக்கி, தில்லியாரின் வல்லாண்மைக்கு விட்டுச்சென்றனர். ஆகவே, தமிழகம் இப்போது தில்லியின் பிடிப்பில் இருக்கிறது!

600 ஆண்டுகளுக்கு முன், தில்லி நவாபின் படைத்தலைவன் மாலிக்கபூர் தமிழ்நாட்டின் செல்வத்தை அள்ளிக்கொண்டு போனதுபோல், இன்றும் தில்லி வல்லாண்மை தமிழ்நாட்டைச் சுரண்டிக் கொண்டுதான் இருக்கிறது! ஆனால், 600 ஆண்டு 'அடிமைக் காலகட்டம்' இப்போது முடிந்துவிட்டது.

தமிழ்த்தாயின் கண்ணீர்

இந்த 600 ஆண்டுகளில் தமிழ் மக்களின் அடிமை வாழ்வை நினைத்துப்பார்த்தால் கண்ணீர் சிந்தாமல் இருக்க முடியாது!

கி.பி. 14ஆம் நூற்றாண்டு வரை, வெற்றிக்கொடி நாட்டி, உலகம் எல்லாம் வியக்கும்படியாக மேன்மை அடைந்த நாம், முதலில் விசயநகர ஆந்திரர்களுக்கு அடிமை ஆனோம்! அதன்பின் உருதுக்காரர்களும், பின்னர் ஆங்கிலேயர்களும், பின்னர் இந்திக்காரர்களும் நம்மை அடிமை ஆக்கினார்கள். தமிழருடைய மானம் பறி போயிற்று! தமிழ்த்தாயின் மானத்தைப் பாதுகாக்க முடியாமல், தமிழ் மக்கள் துன்பத்திற்கு ஆட்பட்டோம்.

உறுதி! உறுதி!

அந்தக் 'கறுப்பு'க் காலவட்டத்தை இப்போது கடந்துவிட்டோம். தமிழகத்தின் 'பொற்காலம்' மீண்டும் தோன்றவேண்டிய நேரம், நம்முடைய காலத்தில் வந்துவிட்டது.

600 ஆண்டுக்காலம் முடிந்துவிட்டபடியால், தமிழ் மக்கள் விழித்து எழுவது உறுதி! மீண்டும் உலகத்தின் உச்சியை எட்டிப் பிடிப்பது உறுதி!

இதுதான் வரலாற்றின் வலுக்கட்டாயமான போக்கு! இதைத் தடுத்து நிறுத்த எவராலும் முடியாது!

அடிக்குறிப்பு

1. சேர நாடு என்பது தற்போது நாஞ்சில் என்றும், நாங்குநேரி என்றும் வழங்கப்படுகிற பகுதி. கேரளம் அல்லது திருவாங்கூர் என்பது வடவர்களில் ஒரு பிரிவினரான மலையாளிகள் வாழும் பகுதி.

3. தில்லிக்குத் திறை

தமிழ்நாட்டில் உள்ள மக்கள், வறுமையினால் படும் துயரம் சொல்லுக்கு அடங்காது. தமிழ்நாட்டைப் பிடுங்கித் தின்னுகிற தில்லியாருடைய நெஞ்சைத் தவிர, மற்ற எல்லோருடைய நெஞ்சையும் கரைக்கக்கூடிய ஏழ்மையை நம் மக்கள் அடைந்துவிட்டார்கள்!

தமிழ்நாட்டின் செல்வம், தமிழ்நாட்டை வளப்படுத்தப் பயன்படாமல் பிறர் கையில் சிக்கித் தமிழ்நாட்டைவிட்டு வெளியே போவதுதான் இந்த ஏழ்மைக்கு முதல் காரணம்.

சுரண்டப்படுகிற நாடு

14 - ஆம் நூற்றாண்டின் தொடக்கத்தில் வடநாட்டு நவாப் மாலிக்காபூர், தமிழ்நாட்டுக்குள் புகுந்து, யானைகளையும், குதிரைகளையும், தங்கத்தையும், முத்தையும் வேறு விலை உயர்ந்த பொருட்களையும் அள்ளிக்கொண்டு சென்றான் என்ற வரலாற்றை முன்பே பார்த்தோம். அன்று தொடங்கி, இன்றுவரை, தமிழ்நாடு 600 ஆண்டுகளாகச் சுரண்டப்படுகிற நாடாகவே ('காலனி நாடாக') இருக்கிறது. மாலிக்கபூரைத் தொடர்ந்து, மலையாள அரசன் வீரகேரளனும், ஆந்திர தேசத்து விசயநகர மன்னர்களும், உருது நவாபுகளும் ஆங்கிலேயர்களும், இன்று தில்லிக்காரர்களும் தமிழ்நாட்டை ஒருவர் பின் ஒருவராகச் சூறையாடியதன் காரணமாக, தமிழ் மக்களின் வாழ்க்கைத்தரம் தாழ்ந்து, நம் மக்கள் சொல்லொணாத் துயரத்தை அடைந்துள்ளார்கள்.

தில்லியார் கொண்டு போனது

மாலிக்கபூர் வாரிச்சென்ற செல்வத்தைப்போல் தமிழ்நாட்டில் இருந்து 100 மடங்கு அதிகமாகத் தமிழ் மக்களின் உழைப்பையும், பொருளையும் இன்று சுரண்டிச் செல்கிறார்கள். ஆங்கிலேயர்களின் வல்லாண்மை ஒழிந்த பிறகு கடந்த 11 ஆண்டுகளில் 800 கோடி ரூபாய் வரை தமிழ்நாட்டில் இருந்து தில்லியார் சுரண்டியிருக்கிறார்கள். (இது 1958 வரை உள்ள கணக்கு) சுரண்டப்பட்ட தொகை பற்றிய விவரம் பின்வருமாறு:

தில்லிக்குத் திறை

தில்லி அரசு, வரி என்ற பெயரில் தமிழ்நாட்டில் இருந்து ஆண்டு ஒன்றுக்கு ரூ.50 கோடி அள்ளிக்கொண்டு போகிறார்கள். தமிழ்நாட்டில் வாழுகிற மக்கள் மீது தீப்பெட்டி வரி, எண்ணெய் வரி, துணி வரி, சர்க்கரை வரி, ஏற்றுமதி வரி, இறக்குமதி வரி, இறப்பு வரி என்ற பலதரப்பட்ட வரிகளின் மூலம் தில்லி அரசு ரூ.66 கோடி தண்டல் செய்கிறார்கள்.

இந்தப் பணத்தைத் திரட்டுவதற்காக ஏற்படுகிற செலவையும் திருப்பிக் கொடுக்கிற 'உதவிப் பணத்தை'யும் ரூ.16 கோடி என்று வைத்துக்கொண்டால் கூட, 'நிகர ஊதியமாக'த் தில்லிக்கு, ஒரு ஆண்டில் ரூ.50 கோடி போகிறது. இந்தப் பணத்தைத் தமிழ்நாட்டு மக்கள் கொடுத்தார்கள்!

இவ்வாறு போகிற பணத்துக்குத் 'திறை' (கப்பம்) என்ற பெயர்தான் பொருந்தும்! தில்லி தண்டுகிற வரிப்பணம், தமிழ்நாட்டில் செலவாகாமல் தில்லிக்குப் போவதால், தில்லி அரசு விதிக்கிற வரி 'திறை வரி' என்ற தன்மையை உடையதாக இருக்கிறது! கடந்த 11 ஆண்டுகளுடைய கணக்கை எடுத்துப் பார்த்தால், இந்தத் 'திறை வரி'களின் மூலம் தில்லி அரசு 'நிகர ஊதியமாக'க் கொண்டுபோன தொகை ரூ.550 கோடி ஆகிறது!

பணத்தாள்கள் அச்சடிப்பு

இதுமட்டும் அன்று! உரூபாத்தாள்களை அச்சடித்து, அதன்மூலம் தமிழ்நாட்டில் இருந்து, தமிழ் மக்களின் உழைப்பையும், பொருள்களையும் சுரண்டுகிறது தில்லி அரசு!

எப்படி என்றால், பத்து ரூபாய்த் தாள் ஒன்றை எடுத்துப்பாருங்கள். அது ஒரு காசு (நயா பைசா) மதிப்பு உள்ள வெறும் தாளில் அச்சடிக்கப்பட்டு இருக்கிறது. பணத்தாள் அச்சடிக்கிற உரிமை தில்லி அரசிடம் மட்டும் இருக்கிறது. அவர்கள் வெறும் தாளில் '10 ரூபா' அல்லது '100 ரூபா' என்று அச்சடித்துப் புழக்கத்துக்கு விடுகிறார்கள்.

ரூ.135 கோடி ஊதியம்

கடந்த 11 ஆண்டுகளில், தமிழ்நாட்டில் ரூ.135 கோடிக்குத் தில்லி அரசினரின் பணத்தாள்கள் செலாவணிக்கு விடப்பட்டுள்ளன. இதன்மூலம் தமிழ்நாட்டில் இருந்து 135 கோடி ரூபா பெறுமான உழைப்பையும் சரக்குகளையும் தில்லி அரசினர் சுரண்டிக் கொண்டுபோய் இருக்கிறார்கள்! இந்த 135 கோடி ரூபாய் தமிழ்நாட்டைச் சேரவேண்டியது அல்லவா?

தில்லியின் "வாணிபம்"

இது தவிர, தில்லி அரசு நடத்துகிற வாணிபக் குழுமங்களாகிய வாழ்நாள் காப்பீடு, அரசு வாணிக நிலையம், சிந்திரி உர உருவாக்கத் தொழிற்சாலை, இரும்புத் தொழிற்சாலைகள் ஆகிய தொழில்களில், கிடைத்த 'ஊதியத்தில்' தமிழ்நாட்டுக்குத் தரப்பட வேண்டிய பங்கு ரூ. 75 கோடி.

இந்த ஊதியத்தையெல்லாம் தில்லி அரசு கைப்பற்றியதே ஒழிய, அதில் ஒரு சிறிதுகூட நாட்டுக்கோ, தமிழ் மக்களுக்கோ கொடுக்கவில்லை.

மேற்படி வாணிகக் குழுமங்களில் முதலீடு செய்யப்பட்ட பணத்தில், தமிழ்நாட்டில் இருந்து திரட்டப்பட்ட முதலீடும் இருக்கிறது. ஆகையால், தமிழ்நாட்டவர்களுக்கு அதில் பங்கு உண்டு.

வெளிநாடு கொடுத்தது

வெளிநாடுகளில் தில்லி அரசு வாங்கிய 'உதவித்தொகை' முழுவதையும் வடநாட்டில் செலவு செய்கிறார்களே ஒழிய, அதில் தமிழ்நாட்டுக்கு உரிய முறையான பங்கு நமக்குக் கொடுக்கப்படவில்லை. வெளிநாட்டவர்கள் கொடுத்த உதவி, தமிழ்நாட்டுக்கும் சேர்த்துக் கொடுக்கப்பட்டது; வடவருக்கு

மட்டும் என்று கொடுக்கப்பட்டது அன்று! அப்படி இருந்தும், தமிழ்நாடு புறக்கணிக்கப்பட்டது. ஆகவே, தமிழ்நாட்டவர் அதில் பங்கு கேட்பது முறைப்படியான கோரிக்கை. இந்த வகையில் ரூ.50 கோடி தில்லி அரசு கொடுக்கவேண்டும்.

கணக்குத் தீர்க்கும் நாள்

ஆகவே, கடந்த 11 ஆண்டுக் கணக்கைத் தீர்த்துக்கொள்வதாக இருந்து, இன்று தில்லியார் தமிழ்நாட்டுக்கு (1958 வரை) ரூ.900 கோடிக்கும் அதிகமாகக் கொடுக்கவேண்டும். நாள் செல்லச்செல்ல இந்தத் தொகை உயர்ந்துகொண்டே போகும். ஆண்டுதோறும் தமிழ்நாட்டில் இருந்து ரூ.100 கோடி சுரண்டிக்கொண்டே இருப்பார்கள். தமிழ்நாடும் மேலும்மேலும் வறுமை அடைந்து, மக்களின் வாழ்க்கைத்தரம் மேலும் பாழ்படும்!

தில்லி வல்லாண்மையில் இருந்து விடுபட்டு, தமிழ்நாடு தன்னுரிமை (விடுதலை) அடைந்தால்தான், இந்தச் 'சுரண்டல்' நிற்கும். தமிழ்நாட்டில், தமிழர்கள் செய்த பொருள்களை, (தமிழர்களின் கடையில் விற்பனை ஆகிற பொருள்களை) வாங்கி ஆதரிப்பதன் மூலம், இந்தச் சுரண்டல் ஓரளவுக்குக் குறையும் என்று சொல்லலாம்.

திரும்பப் பெற்றால்

தில்லியார் கொடுக்க வேண்டிய பணத்தைத் திரும்பக்கேட்டு வாங்குவதாயிருந்தால், தமிழ்நாட்டில் மாவட்டம் ஒன்றுக்கு ரூ.80 கோடி மேனி (அதாவது ஒரு வட்டத்துக்கு ரூ.8 கோடி மேனி) செலவிட்டு, பெரிய பெரிய தொழிற்சாலைகளைக் கட்டி, எல்லா மக்களுக்கும் நல்ல ஊதியத்தில் வேலை வாய்ப்பை ஏற்படுத்த முடியும்.

தில்லியாரின் கணக்கைத் தீர்க்கும் நாள் வந்தே தீரும். இந்தக் கணக்கு எவ்வளவு விரைவில் தீர்க்கப்படுகிறதோ, அவ்வளவு நல்லது தில்லி அரசினருக்கு! 1958ஆம் ஆண்டு கணக்கை முடித்தால், தில்லியார் தமிழ்நாட்டுக்குக் கொடுக்க வேண்டிய தொகை ரூ.900 கோடிதான். ஆனால், ஆண்டுகள் செல்லச்செல்ல, ஆண்டுக்கு ரூ.100 கோடி மேனி அதிகம் அவர்கள் கொடுக்க நேரிடும்!

4. வறுமை போக்கும் மருந்து!

ஒரு தமிழனுடைய சராசரி வரும்படி, மாதத்துக்கு ரூ.20 என்று கணக்கிடப்பட்டு உள்ளது. இதைக்கொண்டு அவன் உண்பது எப்படி? உடுப்பது எப்படி? நோய் வந்தால் மருந்து வாங்குவது எப்படி? முதுமைக்காலத்துக்குச் சேமித்து வைப்பது எப்படி? வேலையே கிடைக்காமல் 100க்கு 50 பேர் அலைகிறார்கள். அவர்கள் என்ன செய்வார்கள்?

கடந்த 11 ஆண்டுகளில், அஃதாவது தில்லிக்காரர்கள் கையில் ஆட்சி வந்த பிறகு, தமிழ்நாட்டின் வறுமை மேலும் அதிகப்பட்டு இருக்கிறது. கைந்நூலை (கதரைப்) பெருக்கியதால் வறுமை தீர்ந்த பாடில்லை!

2500 பேர் தற்கொலை

ஆண்டுதோறும் தமிழ்நாட்டில் 2500 பேர்கள் தற்கொலை செய்து கொள்கிறார்கள் என்றால், அதற்கு முதன்மையான காரணம் வறுமையே!

வறுமைக்கு மருந்து, தொழிற்சாலைகள்! வேலையில்லாத எல்லோருக்கும் வேலை கொடுக்கக்கூடிய புதிய தொழிற்சாலைகளை, ஊசி முதல் கப்பல் வரை செய்யக்கூடிய தொழிற்சாலைகளைத் தமிழ்நாட்டில் அமைத்து, 400 இலட்சம் தமிழ் மக்களின் குழந்தைகள் நீங்கலாக மற்ற எல்லோருக்கும் வேலை கொடுக்க முடியும்.

செருப்புக்குத் தகுந்தபடி கால்!

எல்லோருக்கும் வேலை கொடுப்பது முடியாத வேலை என்றும், ஆகவே, குழந்தைகள் பெறுவதைக் குறைக்க வேண்டும்

என்று தில்லி அரசு கூறுவது பெரிய தவறு. எல்லாச் செல்வத்தையும்விட, மக்கட் செல்வம்தான் சிறந்தது. ஆகையால், மக்களின் எண்ணிக்கையைக் குறைக்கக் 'கருப்பத் தடை' செய்யச் சொல்வது, நாடு தற்கொலை செய்துகொள்ள வேண்டும் என்று கூறுவதற்கு ஒப்பாகும்.

எந்திரம்

எந்திரங்களைக் குறைத்து, கை உழைப்பை அதிகப்படுத்த வேண்டும் என்பது வடநாட்டவர்களுடைய பண்பாடு. ஆனால், அது தமிழர்களின் பண்பாடு அன்று.

பண்டையத்தமிழ் இலக்கியங்களில், பல்வேறு எந்திரங்களைப் பற்றிக் குறிப்பிடப்பட்டு இருக்கிறது. சீவகசிந்தாமணியில் சொல்லப்பட்டு இருக்கிற 'மயில் பொறி' ஓர் எந்திரமே தவிர, வேறில்லை.

இன்றைக்கு 2000 ஆண்டுகளுக்கு முன்னால் வாழ்ந்த 'இமயவரம்பன்' நெடுஞ்சேரலாதன் ஆட்சியின் கீழ், தமிழ்நாட்டின் செழிப்பு 'தீம்பிழி எந்திரம் பத்தல் வருந்த'[1] என்று வருணிக்கப்பட்டு உள்ளது.

சங்ககாலப் பாண்டியர் தலைநகரில், மதில்மீது அரிய பொறிகள் பல அமைக்கப்பட்டு இருந்ததாகச் சிலப்பதிகாரத்தில் கூறப்பட்டுள்ளது. வளைந்து, தானே எய்யும் வில், இரும்பு உருக்கும் உலைகள், பகைவரின் உடலைக் கிழிக்கும் 'பன்றிப் பொறி' இவை போன்ற 20 வகை எந்திரங்கள் பயன்பட்டதாகக் கூறப்பட்டு இருக்கிறது.[2]

ஆலைக் கூட்டம்

ஆகவே, தமிழ்நாட்டில் உள்ள இயற்கை வளத்தைப் பயன்படுத்தி, எல்லா மக்களுக்கும் உயர்வான ஊதியத்தில் வேலை கிடைக்கக்கூடிய தொழிற்சாலைகளைக் கட்டி, அதில் எந்திரங்களைப் பொருத்தி, அவற்றை ஓட்டுவதன் மூலம் தமிழ்நாட்டின் வளத்தைப் பெருக்கவேண்டும்.

தமிழ்நாட்டின் பல பகுதிகளில் ஏராளமாக 'இரும்பு', 'அலுமினியம்', 'மாக்னசைட்', பழுப்பு நிலக்கரி, சுண்ணாம்புக்கல், வெள்ளைக் களிமண் முதலிய

மூலப்பொருட்கள் கிடைக்கின்றன. இவற்றைக்கொண்டு பல தொழிற்சாலைகளை அமைக்க வேண்டும்.

சேலம் மாவட்டத்தில் இரும்பு ஏராளமாக நிலத்தில் இருந்தபோதிலும், பயன்படுத்தப்படாமல் இருந்து வருகிறது. இந்த இரும்பைப் பயன்படுத்திக் கடிகாரம், மிதிவண்டி, பிளஷர் கார், எந்திரங்கள் முதலியவை செய்யும் தொழிற்சாலைகளை ஏற்படுத்த வேண்டும். இதனால் இலட்சக்கணக்கான தமிழ் மக்களுக்கு வேலை வாய்ப்பு உண்டாகும்.

தமிழ்நாட்டில் எந்தெந்த இடங்களில் கனிப்பொருள்கள் இருக்கின்றன என்பது ஆராய்ச்சி செய்யப்படவில்லை. ஆகையால், 'நில அகழ்வு' அதிகாரிகளுக்கு அவற்றைப் பற்றித் தெரியாமல் இருக்கலாம். ஆனால், மக்களுக்கு இதுபற்றி ஓரளவுக்குத் தெரியும். எந்தெந்த இடத்தில் என்னென்ன கனிப்பொருள் இருக்கிறது என்பதை, அந்தந்த இடத்து மக்கள் தெரிந்து இருக்கிறார்கள். ஆகவே, அந்தக் கனிப்பொருள்களை எடுத்துத் தொழிற்சாலைகள் அமைக்க மக்கள் ஒத்துழைப்புடன் திட்டம் தீட்டினால், வெற்றிகரமாக நிறைவேற்ற முடியும்.

துறைமுகங்கள்

மேலும், தமிழ்நாட்டுக்கு நீளமான கடற்கரை இருப்பதால், தமிழ் மக்கள் பண்டைக்காலத்தைப் போல் மீண்டும் கப்பல் தொழிலில் ஈடுபட வேண்டும். அதற்கு ஏற்ற வாய்ப்புகள் உள்ளன. திருநெல்வேலி மாவட்டத்தில் பழைய காலத்தில் துறைமுகமாக இருந்த கொற்கையிலும், தூத்துக்குடியிலும், முகவை மாவட்டத்தில் கீழக்கரையிலும் தொண்டியிலும், தஞ்சாவூர் மாவட்டத்தில் அதிராம்பட்டினம், கோடிக்கரை, நாகப்பட்டினம், காவிரிப்பூம்பட்டினம் முதலிய இடங்களிலும், தென் ஆர்க்காடு மாவட்டத்தில் கடலூர், பரங்கிப்பேட்டை, மரக்காணம் முதலிய இடங்களிலும், செங்கல்பட்டு மாவட்டத்தில் சதுரங்கப்பட்டினம், பழவேற்காடு முதலிய இடங்களிலும், மற்றும் காரைக்கால், புதுச்சேரி ஆகிய இடங்களிலும் பெரிய துறைமுகங்களையும், கப்பல் கட்டும் தளங்களையும் ஏற்படுத்த வேண்டும். இதனால் பல்லாயிரக்கணக்கான தமிழ் மக்களுக்கு வேலை வாய்ப்புக் கிடைக்கும்.

உப்போ, உப்பு!

தமிழ்நாட்டுக்கு இயற்கையாகக் கடலும் சூரிய வெப்பமும் இருக்கிறபடியால், இங்கே கடல் உப்பு விளைவதைப்போல் வேறு எங்கும் விளைவது இல்லை. ஐரோப்பிய, அமெரிக்க நாடுகளுக்கு இந்த உப்பை ஏற்றுமதி செய்வதன் மூலம், கடல் வாணிபத்தைப் பெருக்கலாம். மேலும், கடல் உப்பு முதன்மையான இரசாயனப் பொருளாக இருப்பதாலும், அது சூரிய வெப்பத்தின் காரணமாகத் தானாகத் தமிழ்நாட்டில் விளைகிறபடியாலும், அதைக்கொண்டு, சோடா உப்பு, 'பைகார்பனேட்', சலவை உப்பு முதலியவற்றை உருவாக்கலாம்.

கடல் முத்து

தமிழ்நாட்டுக் கடலில் முத்து இயற்கையாக விளைகிறது. கொற்கைப் பாண்டியன் காலத்தில் கொற்கையில் முத்து விளைந்ததாக வரலாறு கூறுகிறது. ஆகவே, இக்காலத்துக்கு ஏற்ப, செயற்கை முத்து உண்டாக்குகிற தொழிலை ஏற்படுத்தி, சப்பானில் ஒன்றரை இலட்சம்பேர் இத்தொழிலில் ஈடுபட்டிருப்பது போல, இங்கும் பல்லாயிரக்கணக்கான பேர்களுக்கு வேலை கொடுக்கவேண்டும்.

தமிழ்நாட்டின் இயற்கை வளத்தைப் பயன்படுத்தித் தொழிற்சாலைகளை அமைப்பதாயிருந்தால், தமிழ்நாட்டுத் தொழிலாளர்களுக்கு, மேல்நாட்டுத் தொழிலாளர்களுக்குக் கொடுப்பதைவிட அதிக ஊதியம் கொடுக்க முடியும். சொந்த கார் இல்லாத தொழிலாளியே தமிழ்நாட்டில் இல்லை என்ற நிலைமையை ஏற்படுத்தவும் முடியும்.

அடிக்குறிப்பு

1 தீம்பிழி எந்திரம் பத்தல் வருந்த
இன்றோ அன்றே!! தொன்றோர் காலை
நல்லமன் அளிய தாமெனச் சொல்லிக்
காணுநர் கைபுடைத்து இரங்க
மாணா மாட்சிய மாண்டன பலவே. (பதிற்று : 16)

2.. மிளையும், கிடங்கும், வளைவிற் பொறியும்,
கருவிரல் ஊகமும், கல்லுமிழ் கவணும்,

பரிவுறு வெந்நெயும், பாகடு குழிசியும்,
காப்பொன் உலையும், கல்லிடு கூடையும்,
... ...
... ...
கோலும், குந்தமும், வேலும் பிறவும்
ஞாயில் சிறந்து நாட்கொழு நுடங்கும் வாயில்

(சிலம்பு 15 : 207 - 18)

5. நாமும் ஒரு வல்லரசு ஆகிடுவோம் வாரீர்!

குண்டுச் சட்டிக்குள் குதிரை

'உரிமைத் தமிழ்நாடு' என்பது 'குண்டுச்சட்டிக்குள் குதிரை ஓட்டுவது போல்' இருக்கிறது என்று அமைச்சர் கக்கன் சொன்னார்.[1]

உலகத்தில் எத்தனை நாடுகள் உரிமையுடன் இருக்கின்றன என்பதும் அந்த நாடுகளில் எத்தனை நாடுகள் தமிழ்நாட்டைவிடச் சிறியவை என்பதும் கக்கனாருக்குத் தெரியுமா? தமிழ்நாட்டைவிடச் சிறியவையாக 74 நாடுகள் முழு உரிமையுடன் வாழுகின்றன என்பதும், அந்த நாடுகள் எல்லாம் உலக நாடுகள் அவையில் (ஐ.நா. சபை) உறுப்பாண்மை உடையனவாயுள்ளன என்பதும் அமைச்சருக்குத் தெரிந்திருந்தால், அவர் அப்படிப் பேசியிருக்க மாட்டார்.

தமிழ்நாடு குண்டுச்சட்டிபோல் சின்னதாக இருந்தால் அதைவிடச் சிறியதாக இன்னும் 74 நாடுகள் இருக்கின்றனவே! அவை எல்லாம் குண்டுச்சட்டிக்கும் சிறியவை என்று ஆகின்றன அல்லவா? அவை, குண்டுச்சட்டியைவிடச் சின்னதான தேநீர்க் கோப்பைக்குள் குதிரை ஓட்டுகின்றனவே!

சொந்த ஆட்சி

உலக நாடுகள் சபையான ஐக்கிய நாடுகள் சபையில் மொத்தம் 84 நாடுகள் இருக்கின்றன. அவற்றிற்குச் சொந்தக் கொடியும், சொந்த ஆட்சியும் இருக்கின்றன. அண்மையில் உலக நாடுகள் அவையில் சேர்ந்த மலாயா நாட்டில் 60 இலட்சம் மக்கள் வாழ்கிறார்கள். 1957ஆம் ஆண்டு விடுதலை அடைந்த 'கானா'

என்ற ஆப்பிரிக்க நீக்ரோ நாட்டில் 32 இலட்சம் பேர்தான் இருக்கிறார்கள். ஆனாலும், அந்த நாடுகளில் மக்கள் கண்ணியமாக, மானத்துடன் வாழ்க்கை நடத்துகிறார்கள்.

'கானா'நாட்டில் இருந்து வருகிற தனிக் கறுப்பர்களுக்குத் தில்லியிலே விருந்து நடக்கிறது. ஆனால், தமிழ் மக்கள் என்றால், 'கறுப்பர்கள்' என்று வடநாட்டார் இழிவாகப் பேசுகிறார்கள். 400 இலட்சம் பேர் கொண்ட தமிழ் மக்களுக்கு இந்த அவமதிப்பு ஏன்? 'கானா' நாட்டு நீகிரோ'க்களுக்குத் தனி அரசு இருக்கிறது! ஆனால், தமிழ் மக்களுக்குத் தனி அரசு இல்லை! இதுதான் காரணம்!

இன்று இலங்கையில் உள்ள சிங்களவன், தமிழ் மக்களைக் 'கள்ளத்தோணி' என்று ஏசுகிறான்! 'ஓடிப்போ' என்று காலால் எட்டி உதைக்கிறான்! அத்தனையையும் தமிழர்கள் தாங்கிக்கொள்ள வேண்டியிருக்கிறது! தமிழ் மக்கள் 400 இலட்சம் பேர் இருந்தும், 'தனி அரசு' என்ற தகுதி இல்லாத காரணத்தால், இலங்கையில் உள்ள 65 இலட்சம் சிங்களர்கள் ஏளனம் செய்கிறார்கள்! சிங்களர்களுக்கு அரிமா (சிங்க)க் கொடியும், தனி அரசும் இருக்கின்றன; தமிழ்நாட்டுக்கும் தனி அரசு இருந்தால், இலங்கையில் இருந்து தமிழ் மக்களை விரட்டியடிக்கும் நிலைமை ஏற்படுமா?

அடிமை வாழ்வின் அவலநிலை

நாம் தன்னுரிமை அற்று அடிமைப்பட்டுக் கிடக்கிறோம் என்பதைத் தமிழ் மக்கள் போதிய அளவுக்கு உணர்ந்து கொள்ளவில்லை. அடிமைத் தன்மையின் கொடுமை என்னவென்றால், அடிமையாக வாழுகிற மக்கள், அவர்களுடைய நிலைமையைச் 'சட்'டென்று உணராமல் இருக்கச் செய்துவிடுகிறது என்பதுதான்! இது தமிழ்நாட்டின் வரலாற்றில் நாம் கண்ட உண்மை. 'அயர்லாந்து' நாட்டின் வரலாற்றிலும் இந்த உண்மையைக் காணலாம்.

அயர்லாந்து

அயர்லாந்து நாட்டு வரலாற்றை ஊன்றிப் படித்தால், அந்த நாட்டின் வரலாற்றுக்கும், நமது நாட்டு வரலாற்றுக்கும் உள்ள ஒற்றுமைகள் விளங்கும். தமிழ்நாடு இந்திய நாட்டின் ஒரு

பகுதியாக இப்போது இருப்பதுபோல், அயர்லாந்து நாடு பிரிட்டன் நாட்டின் ஒரு பகுதியாக இருந்தது. தில்லிப் பாராளுமன்றத்துக்கு தமிழ்நாட்டவர்கள் தேர்ந்தெடுக்கப்பட்டுப் போவதுபோல், அயர்லாந்து நாட்டினர் 40 பேர் தேர்ந்தெடுக்கப்பட்டுப் பிரிட்டிஷ் 'பாராளுமன்றத்தில்' அமர்ந்திருந்தார்கள். அப்படி இருந்தும், அயர்லாந்து தேசத்தலைவர் 'டிவேலரா' என்பவர், உண்மையிலேயே அயலர்லாந்து அடிமைப்பட்டுக் கிடக்கிறது என்பதை அந்த நாட்டு மக்களுக்கு உணரச்செய்தார்.

அரசர்கள் ஆண்ட காலத்தில் ஒரு பேரரசு, ஒரு சிற்றரசை அடக்கி ஆண்டால், அந்தச் சிற்றரசு ஓர் அடிமை நாடாகக் கருதப்பட்டது குடியரசு ஆட்சி முறை பரவியிருக்கிற இந்தக் காலத்திலும் ஆண்டான் என்பதும் அடிமை என்பதும் உண்டு! ஆனால், பேரரசு - சிற்றரசு என்ற முறையில் அல்ல. பெரும்பான்மை - சிறுபான்மை என்ற முறையில் அடிமைத்தன்மை உருவாகிறது!

தில்லி பாராளுமன்றத்தில் 40 பேர் தமிழர்களும் 400 பேர் தமிழர் அல்லாதவரும் இருப்பதால், 'ஒப்போலை' உரிமை இருந்தபோதிலும், சிறுபான்மையினரான தமிழருக்கு அடிமை நிலை ஏற்படுகிறது.

முப்பது இலட்சம் கொண்ட அயர்லாந்துக்காரர்கள், பிரிட்டன் தேசத்துடன் சேர்ந்திருந்த காலத்தில், அவர்களுடைய தாய்மொழி (ஐரிசு மொழி) சீர்குலைந்த, அயர்லாந்துக்காரர்கள்கூட அந்த மொழியில் பேச வெட்கப்படும் நிலையில் (இன்று தமிழ் இருக்கும் நிலையில்), இருந்தது! இன்னும் கொஞ்சகாலத்தில் 'ஐரிசு' மொழி அழிந்துபோகுமோ என்று அஞ்சும் நிலைமை ஏற்பட்டது.

ஆனால், அயர்லாந்துக்காரர்கள் அவர்களுக்குத் தனி நாடு வேண்டும் என்று கிளர்ச்சி செய்து, விடுதலை அடைந்தார்கள். தனி அரசு ஏற்பட்டவுடன், அயர்லாந்து அரசு தாய்மொழியான 'ஐரிசு' மொழியில் நடந்தது. சட்டங்கள் அந்த மொழியில் இயற்றப்பட்டன. படிப்படியாக அந்த மொழியின் நிலைமை உயர்வடைந்தது; உலகத்தில் அயர்லாந்துக்காரர்களுக்கு மதிப்பு ஏற்பட்டது.

இதேபோல் தமிழர்களும், 'தன்னுரிமை' அடைந்தால்தான், தமிழ் மக்களும் - தமிழ் மொழியும் - தமிழ்நாடும் உலகத்தில் தலை நிமிர்ந்து வாழமுடியும்.

அடிக்குறிப்பு

1. சேலத்தில் நடந்த கூட்டத்தில் அமைச்சர் கக்கன் பேசுகையில், மேற்கண்டவாறு சொன்னார்.

6. அரசு எவ்வழி, மொழி அவ்வழி!

தமிழ்நாட்டில் உள்ள அஞ்சல், தொலைவரி நிலையங்கள், எந்த மொழியில் செயல்பட வேண்டும்? இந்தக் கேள்வியைக் கேட்டால், நீங்கள் உறுதியாகத் 'தமிழில் செயல்பட வேண்டும்' என்றுதான் சொல்லுவீர்கள்! இதைப்போலவே இன்னும் சில கேள்விகளுக்கு விடை சொல்லுங்கள்.

தமிழ்! தமிழ் ! தமிழ்!

தமிழ்நாட்டில் உள்ள கப்பல் துறைமுகங்களில், எந்த மொழியில் வேலை நடக்க வேண்டும்?

விடை: 'தமிழில்'

தமிழ்நாட்டில் புழங்குகிற நாணயங்கள், எந்த மொழியில் இருக்க வேண்டும்? ரூபாய், அணா ('நயாபைசா') இவற்றில் எல்லாம், எந்த மொழி எழுதப்பட வேண்டும்?

விடை: 'தமிழ்மொழி'

தமிழ்நாட்டில் செலாவணி ஆகிற ரூபாய்த் தாள்களில் எல்லாம், எந்த மொழி அச்சிடப்பட வேண்டும்?

விடை: 'தமிழ்'

தமிழ்நாட்டில் ஓடுகிற தொடர்வண்டி, கப்பல், வானூர்தி இவற்றை எல்லாம் யார் ஓட்டவேண்டும்? அவற்றில் நடக்கிற வேலைகள், எந்த மொழியில் நடைபெற வேண்டும்?

விடை: 'தமிழர்கள் ஓட்ட வேண்டும்! தமிழ் மொழியில் நடை பெற வேண்டும்!'

தமிழ்நாட்டில் ஒலிபரப்புகிற வானொலி நிலையங்கள் எந்த மொழியில் பேச வேண்டும்?

விடை: 'தமிழில்!'

தமிழ்நாட்டு அரசு தில்லிக்குக் கடிதம் எழுதுவது எந்த மொழியில் எழுத வேண்டும்?

விடை: 'தமிழில்'

தமிழ்நாட்டின் தூதுவர்களாக, வெளிநாடுகளுக்கு யார் அனுப்பப்பட வேண்டும்?

விடை: 'தமிழர்களே தமிழ்நாட்டின் தூதுவர்களாகப் போகவேண்டும். அவர்கள் தமிழ்மொழியை உலகமெல்லாம் பரப்ப வேண்டும்.'

மேற்சொன்ன வேலைகள் எல்லாம் தமிழில் நடந்தால், அப்படி நடக்கிற நாடு 'உரிமைத் தமிழ்நாடு'தானே!

ஆகையால், 'தமிழ்' என்று சொல்லிக்கொண்டே போனால், இறுதியில் 'தன்னுரிமை' என்ற கட்டத்துக்கு வந்துவிடுகிறோம்.

தன்னுரிமை பெற்ற தமிழ்நாட்டில், தமிழ் - ஆட்சி மொழியாகவும் பொது மொழியாகவும் இருக்கும்.

பித்தலாட்டம்!

பள்ளிக்கூடத்திலும், சட்டசபையிலும், நீதிமன்றங்களிலும், தமிழ்மொழியைத்தான் பயன்படுத்த வேண்டும் என்று எல்லோரும் ஒப்புக்கொண்டுவிட்டார்கள். ஆகையால், அதைப்பற்றிக் கேள்வி எழவில்லை. ஆனால், அஞ்சல் நிலையங்கள், தொடர்வண்டி நிலையங்கள், அரசு வைப்பகங்கள், நாணயங்கள் முதலியவற்றில் எந்த மொழி பயன்படுத்தப்பட வேண்டும் என்பதுதான் இப்போதுள்ள கேள்வி.

இந்த நிலையில், தமிழ்நாட்டிலே இப்போது ஆட்சி மொழியாகத் தமிழ் வந்துவிட்டது என்று சொல்லுவது பித்தலாட்டம்! தமிழ் ஆர்வம் கொண்ட மக்களை ஏமாற்றுவதற்காகச் சொல்லுகிற சொல் அது. ஆட்சிமொழியாகத் தமிழ் ஆகவில்லை என்பதற்குச் சில காரணங்களைக் கீழே காட்டியிருக்கிறோம்:

அரசு இலச்சினையில் இந்தி!

தமிழ்நாட்டின் ஆட்சி மொழி தமிழ் என்பது உண்மையானால், சென்னை அரசின் 'இலச்சினையில்' ஏன் இந்தி மொழி காணப்படுகிறது? சென்னை அரசின் 'இலச்சினையில்' ஒரு கோபுரமும், ஒரு 'அசோகத்தூணும்' வரையப்பட்டு, அதற்குக்கீழே 'சத்தியமேவ சயதே' என்று இந்தியில் எழுதப்பட்டு இருக்கிறது. ஆட்சி மொழி தமிழ் மொழியாக இருந்தால் அந்தச் சொற்கள் 'உண்மையே வெற்றி தரும்' என்று தமிழில் எழுதப்பட்டு இருக்கும் அல்லவா?

நாணயத்தில் இந்தி!

ஆட்சி மொழி அல்லது அரசு மொழி நாணயத்தில் முதன்மையாக இருக்க வேண்டும். 100 ஆண்டுகளுக்குப் பிறகு, இன்றைய ஆட்சியைப் பற்றி ஆராய்ச்சி செய்வதாக இருந்தால், இப்போது புழங்குகிற நாணயங்களையே ஆராய்ச்சியாளர்கள் முதன்மையாகப் பார்க்க நேரிடும்.

தமிழ்நாட்டில் புழங்குகிற எந்த நாணயத்திலாவது, தமிழ்ச் சொல் உண்டா? ஒரு 'நயா பைசா"வில் இருந்து 2 நயாபைசா, 5 நயா பைசா, 10 நயா பைசா, கால் ரூபாய், அரை ரூபாய், அல்லது ஓர் ரூபாய் - எதைப் பார்த்தாலும் எல்லாம் இந்தி மொழியில்தான் இருக்கிறது!

மருந்துக்குக்கூட தமிழ் இல்லை! 'நயா பைசா' என்ற சொல்கூட இந்தி!

இவ்வாறு இருக்கும்போது, தமிழ்நாட்டில் தமிழ் மொழி, ஆட்சி மொழி ஆகிவிட்டது என்பது ஏமாற்று உரை அல்லவா?

அஞ்சல் தலையில் இந்தி!

நாணயங்களைப் போலவே அஞ்சல் தலைகளும் முக்கியமானவை. தமிழ்நாட்டில் பயன்படுத்தப்படுகிற அஞ்சல் தலைகள் எல்லாவற்றிலும் இந்தி எழுத்துக்களே காணப்படுகின்றன. தமிழ்நாட்டில், தமிழர்கள் வாழுகிற ஊர்களுக்குக் கடிதம் எழுத வேண்டுமானாலும், அஞ்சல் தலை என்று அஞ்சல் அலுவலகங்களில் கேட்டு வாங்கும்போது அங்கே இந்தி எழுத்துள்ள அஞ்சல் தலை அல்லவா கொடுக்கப்படுகிறது!

எந்த அஞ்சல் தலையிலாவது தமிழ் எழுத்து உண்டா? கிடையாதே!

நாட்டுப்பண், இந்தி!

மேலும், ஒரு நாட்டின் ஆட்சிக்கு அறிகுறியாகப் பாடப்படுவது 'நாட்டுப்பண்' என்கிற நாட்டுப்பாடல் தமிழ்நாட்டில் எந்த மொழியில் இருக்கிறது? தமிழ் மொழியிலா? 'சனகணமன' என்றால் அது தமிழா? ஆட்சிக்கு அடையாளமான 'நாட்டுப் பாடல்' என்பது வடமொழியில் இருக்கும்போது, தமிழை எப்படி ஆட்சி மொழி என்று சொல்வது?

முன்பு ஆங்கிலேயர்கள் தமிழ்நாட்டை ஆண்டபோது, ஆங்கிலம் ஆட்சி மொழியாக இருந்தது. இப்போது இந்தி உண்மையான ஆட்சி மொழியாக இருக்கிறது. இதற்குக் காரணம் இந்தி மொழிக்காரர்களான தில்லிக்காரர்களின் வல்லாண்மையில் தமிழ்நாடு இருக்கிறது என்பதுதான்!

தமிழ், ஆட்சி மொழி ஆகிவிட்டது என்று எப்போது சொல்ல முடியும் என்றால், இலச்சினையில் தமிழ் எழுத்து பொறிக்கப்பட்டால் சொல்ல முடியும்!

அஞ்சல் தலை தமிழில் இருந்தால் சொல்ல முடியும்!
நாணயத்தில் தமிழ் இருந்தால் சொல்ல முடியும்!
நாட்டுப்பண், தமிழாக இருந்தால் சொல்ல முடியும்!

தில்லியாருக்கும், பிற நாடுகளுக்கும் தமிழ்நாட்டு அரசினர் எழுதுகிற கடிதங்கள் தமிழ் மொழியில் இருந்தால் சொல்லமுடியும்?

தமிழ்நாட்டுப் படை வீரர்களுக்குக் கட்டளை இடுவதெல்லாம் தமிழ் மொழியில் இருந்தால், தமிழை ஆட்சி மொழி என்று சொல்ல முடியும்!

"தமிழ் மொழி பெரிது! தமிழ்நாடு பெரிது" என்ற உணர்ச்சி ஓங்க வேண்டும்!

முப்பால் பாகுபாடு

முப்பால் பாகுபாடு உச்ச உயர் பண்பாட்டின் ஒழுகலாறுகளை உடையது. எவருக்கும் எந்நிலையிலும் தீங்கு

தராத இயல்புடையது. எல்லோருக்கும் நன்மை பயப்பதையே நோக்கமாகக் கொண்டது.

வடமொழியாளரிடமும் முப்பாகுபாடு உண்டு. ஆயின், அது தமிழரின் பாகுபாட்டிற்கு முற்றிலும் நேர்மாறானது. எவ்வாறெனின், அவர்தம் அறம் என்பது வெறுப்பை அடிப்படையாகக் கொண்ட துறவைக் குறிக்கும். பொருள் என்பது சூழ்ச்சியை, ஏமாற்றை, இரண்டகத்தை, வருணப் பாகுபாட்டை, தீண்டாமையை, பிறவி அடிப்படையில் வரும் ஏற்றத்தாழ்வான சீரற்ற நேர்மையற்ற நீதியை, தனி வல்லாண்மையை, சுரண்டலைக் குறிக்கும். அவர்தம் இன்பம் என்பது உடற்பசியை மட்டுமே நோக்கமாக உடையது. வலிந்து பற்றுதல் இழிந்த செயலன்று என்று வழக்காடுவது, உறவு முறை நோக்காமல் விலங்கினம் போல விருப்பம் நிறைவேற்றலே வியன் கலை என விளக்கம் பேசுவது. பிள்ளைப்பேற்றிற்கென எப்படி இயங்கினும் ஏற்கத்தக்கதென ஏற்றமுரைப்பது. ஆயின் தமிழ் மரபிலோ அறம் அன்பையும் – அறிவையும், பொருள் உயர் ஒழுக்கத்தையும் ஒப்புரவையும், இன்பம் மாறா விருப்பத்தையும் ஒத்த உணர்வையும் கொண்டது.

இவ்வண்ணம் எவ்வகையில் நோக்கினும் தமிழ்ப் பாகுபாடு மலைபோல் உயர்ந்த மாண்புடையது. வடமொழிப் பாகுபாடோ மடுவைப்போல் படுதாழ்ச்சியுடைய இருட்டுலகாய் எவரையும் மருட்டுவது. இதற்கு உண்மை நிலைகளை உணர்க. மாற்றி மறைத்துப் போற்றிக்கூறும் மடமையுரை கேட்டு மயங்கற்க, புன்மையொழித்து நன்மை காண வாய்மை கொண்ட நடுநிலை ஆய்வைப் பேணுக.

7. ஒரு மொழி, ஒரு நாடு

தமிழ் மக்கள் தற்போது சிதறுண்டு கிடக்கிறார்கள். அவர்கள் ஒன்று சேர்ந்து ஒரே நாடாக வாழ வேண்டும் என்ற ஆசை தமிழ் மக்களின் நெஞ்சத்தில் எழுந்து உள்ளது. சில பல பகுதிகளில் தமிழ் மக்கள் பிரிந்து சிதறுண்டு கிடக்கும் நிலை நீங்கி, ஒரே நாடாக ஒரு குடைக் கீழ்த் தமிழ் இனம் வாழ வேண்டும் என்ற விருப்பம் இயற்கையானது.

பாண்டிச்சேரியிலும், வேங்கடத்திலும், பீர்மேட்டிலும், யாழ்ப்பாணத்திலும், சென்னை மாகாணத்திலும் சிதறுண்டு – தனித்தனியாக வாழ்வதால் இனம் வலுவற்றுக் கிடக்கிறது. இந்தப் பகுதிகள் எல்லாம் ஒன்று சேர்ந்து, நல்லரசாகத் திகழவேண்டும் என்பது தமிழ் இனத்தின் நியாயமான ஆசை அல்லவா?

தமிழகத்தில் இருக்கிற 400 இலட்சம் தமிழர்களும், இலங்கையில் இருக்கிற 25 இலட்சம் தமிழர்களும் ஒன்று சேர வேண்டும் என்றால், அதைத் தடுப்பதற்கு யாரால் முடியும்?

இவ்வாறு தமிழர்கள் ஒன்று சேர முடியாது என்றும், தமிழ் நாட்டுக்கு விடுதலை கிடைத்தால் அது சிதறுண்டு பல பகுதிகளாகப் பிரிந்து, பாண்டிய நாடு என்றும், சோழ நாடு என்றும், கொங்கு நாடு என்றும், பல்லவ நாடு என்றும் – இவ்வாறு பல துண்டுகளாகப் பிரிந்துவிடும் என்றும் புதிய புரளி கிளப்பிவிடப்படுகிறது. இதற்குக் கொஞ்சம்கூட அடிப்படைக் கிடையாது.

நில நூல் காட்டும் உண்மை!

உலகில் ஒரு மொழி பேசுகிற மக்கள், ஒரு நாடாகவே வாழுகிறார்கள் என்பது நில நூலைப் பார்த்தால் தெரியும். உலகமெங்கும் உள்ள நாடுகள் பொதுவாக 'ஒரு மொழி – ஒரு

நாடு' என்ற முறையிலேயே அமைந்திருக்கின்றன. பிரெஞ்சு மொழி பேசுகிற மக்களுக்கு ஒரு நாடு – பிரான்சு நாடு; ஸ்பானிய மொழி பேசுகிற மக்களுக்கு ஒரு நாடு – ஸ்பெயின் நாடு; போர்த்துகீசிய மொழி பேசுகிறவர்களுக்கு ஒரு நாடு – போர்த்துகல் நாடு.

இவ்வாறு, "ஒரு மொழி – ஒரு நாடு" என்ற முறை உலகெங்கிலும் உள்ளது.

ஒரு மொழி பேசுகிற மக்கள் துண்டாக... இரண்டு நாடுகளாகப் பிரிந்து கிடந்தால், அந்தப் பிரிவினை நீடித்து நிற்பதில்லை என்பதற்கு எடுத்துக்காட்டாக 'இராக்' 'சோர்டான்' என்ற இரு அரபு நாடுகள் ஒரே நாடாகச் சேர்ந்துவிட்டன. இதைப்போல் ஒரே அராபிய இனத்தவர்களான 'எகிப்து' நாட்டுக்காரர்களும், 'சிரியா' நாட்டுக்காரர்களும் ஒன்றாக இணைந்து, ஒரே அரசு அமைத்துக்கொண்டார்கள்.

ஆகவே, மொழியால், இனத்தால் ஒன்றுபட்ட மக்கள் ஒரே நாடாக வாழ்வதுதான் இயற்கை! அதுவே வரலாறு காட்டுகிற உண்மை. அதேபோல் தமிழ் இனம் ஒன்று சேர்ந்து, ஒரே நாடாக, உரிமைத் தமிழ்நாடாக மாறுவதைத் தடுத்து நிறுத்த எந்த மாந்தராலும் முடியாது.

எது இரண்டகம்?

இவ்வாறு தமிழ் இனம் ஒன்று சேர்ந்து, தில்லியின் வல்லாண்மையில் இருந்து விடுபட்டு, உரிமையுடன் வாழவேண்டும் என்று சொல்லுகிறவர்களை 'இரண்டகர்கள்' என்று சில 'தேசியவாதிகள்' குற்றம் சாட்டுகிறார்கள்!

இந்தியத் தேசத்தைத் துண்டு போடுவது 'இரண்டகம்' என்பதாக தேசியக்கொள்கையர் சொல்லுகிறார்கள். அவர்களைக் கேட்கிறோம் – தமிழ்நாடு இப்போது துண்டுபட்டுக்கிடக்கிறதே! அதைப் பார்த்துக்கொண்டு சும்மா இருப்பது, தமிழ்நாட்டுக்கு இரண்டகம் இல்லையா?

சிதறுண்டு கிடக்கும் பகுதிகள்

பீர்மேடு – தேவிகுளம், நெய்யாற்றங்கரை ஆகிய பகுதிகள் தமிழ்நாட்டில் இருந்து பிரிக்கப்பட்டு, மலையாளிகளின் கையில்

சிக்கிக் கிடைக்கின்றனவே! அந்தப் பகுதிகள் தமிழ்நாட்டுடன் சேர வேண்டாமா?

புதுச்சேரி, காரைக்கால் ஆகிய இடங்கள் தில்லியின் கண்காணிப்பில் இருக்கின்றனவே! அந்தப் பகுதிகளில் வாழுகின்றவர்கள் தமிழர்கள்தானே! அவர்கள் தமிழ்நாட்டுடன் சேர வேண்டாமா?

18 - கல் அகலம் உள்ள ஒரு சிறிய நீர்ப்பகுதிக்கு அப்பால், வட இலங்கையில் தமிழ் மக்கள் வாழுகிறார்கள்! அதுவும் தமிழ்நாட்டின் ஒரு பகுதிதான்! அது, தாயகத்தில் இருந்து பிரிந்து கிடக்கிறதே!

"இந்திய தேசம் துண்டுபடக் கூடாது" என்று கவலைப்படுகிற தேசியக்கொள்கையர் தமிழ்நாடு இவ்வாறு சிதறுண்டு கிடப்பதைப் பற்றி என்ன சொல்லுகிறார்கள்.

ஆகையால், தமிழ்நாடு ஒன்று சேர வேண்டும் என்று சொல்வது 'இரண்டகம்' ஆகாது! இவ்வாறு ஒன்று சேருகிற பகுதிகள் ஒரே நாடாக இருக்க வேண்டும் என்று கூறுவதும் 'இரண்டகம்' அன்று.

இரண்டகமா? வீரமா?

தமிழ்நாட்டுக்குத் தன்னுரிமை வேண்டும் என்று சொல்கிறவர்களை, 'இரண்டகர்கள்' என்று தேசியக் கொள்கையர் இன்று தூற்றினாலும், அவர்களைப் பற்றிப் பிற்காலத்து வரலாறு, 'வீரர்கள்' என்று போற்றக்கூடும்!

தில்லிக்குத் தமிழ்நாடு அடிமைப்பட்டுத்தான் இருக்க வேண்டும் என்று சொல்லுகிறவர்கள், தங்களைத் 'தேசியக் கொள்கையர்' என்று பெருமையாக இன்று சொல்லிக்கொள்ளலாம்! ஆனால், வருங்கால வரலாற்றாசிரியர்கள் அவர்களை 'இரண்டகர்கள்' என்று முடிவு கட்டலாம்! அல்லது தில்லியின் 'கங்காணிகள்' என்றும் வடவர்களின் 'கைக்கூலிகள்' என்றும் தீர்ப்பு அளிக்கலாம்!

8. "தமிழன் கால்வாய்"

தமிழ்நாட்டில் பாலாறு நீர்வளம் கிடையாது என்றும், தமிழ்நாடு ஒரு வறண்ட நாடு என்றும், ஆகையால், அது முழுவுரிமை நாடாக விளங்கத் தகுதி அற்றது என்றும் இழிவாகக் கூறப்படுகிறது.

பாலாறு வற்றியது ஏன்?

தமிழ்நாட்டில் பாலாறு போன்ற ஆறுகளில் தண்ணீர் இல்லாததை மனத்தில் வைத்து அதை 'வறண்ட நாடு' என்றும், 'நீர்வளம்' இல்லாத நாடு என்றும் சொன்னால், அது தவறு.

பாலாற்றில் தண்ணீர் ஓடாமல் இருப்பதற்குக் காரணம் மைசூர் நாட்டில் அணைகட்டி, அதன் தண்ணீரைத் தேக்கி வைத்துக்கொள்ளுவதே ஆகும். இப்போது தமிழ்நாடு, தில்லியின் கீழ் ஒரு மாகாணமாக இருப்பதால் பாலாற்றின் நீரை மைசூரில் தேக்குவது பற்றித் தமிழ்நாட்டில் அரசு நடவடிக்கை எடுக்க முடியாமல் இருக்கிறது. ஆனால், தமிழ்நாடு தில்லியின் பிடியில் இருந்து விடுபட்டு உரிமை நாடு ஆனால், பாலாற்றில் தண்ணீர் விடும்படி உரிமையுடன் கேட்க முடியும். ஏன் என்றால் உரிமை நாடுகளுக்குத் தண்ணீர் உரிமை உண்டு. அந்த உரிமையுடன் கேட்டு, இழந்துவிட்ட தண்ணீரைப் பெறுவதற்கு முடியும்.

மேலும், தமிழ்நாட்டில் உற்பத்தியாகி, மலையாளத்தில் ஓடுகிற (சோலை ஆறு, பரம்பிக்குளம்) ஆறுகளின் தண்ணீரைத் தமிழ்நாட்டுக்குப் பயன்படச் செய்யும் பணியைத் தன்னுரிமைத் தமிழர்கள்தாம் செய்ய முடியும்!

ஆறு இல்லாத வல்லரசு!

ஆனால், 'ஆறு' ஒன்றுதான் ஒரு நாட்டின் வளத்தை உறுதிப்படுத்துவதாகச் சொல்ல முடியாது; ஏன் என்றால், 'ஆறு' என்று பெயர் சொல்லுவதற்கு ஓர் ஆறுகூட இல்லாத (இங்கிலாந்து, சப்பான்) வல்லரசுகளாக இருக்கின்றன. ஆகவே, ஒரு நாட்டின் 'வளம்' என்பது அந்த நாட்டின் பொருளியல் முன்னேற்றத்துக்கு வாய்ப்பாக உள்ள இயற்கை ஏதுக்களையும், மூலப்பொருள்களையுமே முக்கியமாகக் குறிப்பிடுகிறது.

தமிழன் கால்வாய்

இரும்பு, நிலக்கரி, உப்பு, சுண்ணாம்புக்கல் ஆகிய மூலப்பொருள்கள் தமிழ்நாட்டில் ஏராளமாக இருக்கின்றன. இவைத்தவிர, கோடிக்கணக்கில் வருமானம் தேடிக் கொடுக்கும் வாய்ப்பை உண்டு பண்ணக்கூடிய தனி வசதியும் தமிழ்நாட்டில் இருக்கிறது. அதுதான் தமிழன் கால்வாய்!

'சேது சமுத்திர'த்தை ஆழப்படுத்தி, அதிலே கப்பல் போகிறபடி கால்வாயைத் தோண்ட வேண்டும் என்கிற 'தமிழன் கால்வாய்'த் திட்டத்தை (சேது சமுத்திரத் திட்டத்தை)த் தில்லி அரசு கைவிட்டு விட்டது!

இந்தக் கால்வாய்த் திட்டம் தமிழ்நாட்டுக்கு முக்கியமானது. 'சேது சமுத்திரம்' என்ற கடல், தமிழ்நாட்டுக்கும் இலங்கைக்கும் இடையே இருக்கிறது. இந்தக் கடலுக்கு மேற்கே இராமநாதபுரம் மாவட்டமும், கிழக்கே யாழ்ப்பாணமும் இருக்கின்றன. அதாவது கடலின் இரண்டு பக்கத்திலும் வாழ்பவர்கள் தமிழ் மக்களே!

இந்தக் கடலின் ஆழம் மிகவும் குறைவு. ஆகையால், தற்பொழுது அதன் வழியாகக் கப்பல்கள் போக முடியாத நிலைமையில் இருக்கிறது. இதைக் கொஞ்சம் ஆழப்படுத்தி, கடலுக்கு உள்ளேயே சிறு கால்வாய்கள் வெட்டினால் கப்பல் போவதற்கு வாய்ப்பு ஏற்படும்.

அவ்வாறு வாய்ப்பு ஏற்படுத்தினால், ஐரோப்பிய நாடுகளில் இருந்து, கிழக்கத்திய நாடுகளுக்குப் போகிற கப்பல்கள் எல்லாம். இதன் வழியாகத்தான் போய் ஆக வேண்டும் என்ற நிலைமை ஏற்படும்!

மலாயா நாட்டுக்கு வடக்கில் 'கிரா' என்ற இடத்தில் இதுபோன்ற வேறு ஒரு கால்வாய் வெட்டுவதற்கு ஏற்பாடு ஆகிக்கொண்டு இருக்கிறது. அது வெட்டப்பட்டால், சேது சமுத்திரத்தில் வெட்டப்படும் கால்வாய் எகிப்து நாட்டுக்கு, சூயசு கால்வாயைப்போல் அவ்வளவு முக்கியமானதாக இருக்கும்.

தமிழ்நாட்டுக்குத் "திறை"

இந்தத் 'தமிழன் கால்வாய்' வெட்டப்படுமேயானால் ஐரோப்பா, இங்கிலாந்து போன்ற நாடுகளுக்குப் போகிற கப்பல்கள் எல்லாம், இந்தக் கால்வாய் வழியாகத்தான் போகும்.

அப்படிப் போகிற கப்பல்கள், இங்குள்ள அரசுக்குத் 'திறை' செலுத்தும். அதனால், தமிழ்நாட்டின் பொருளியல் முன்னேற்றம் அடையும்.

உலகக் கப்பல்கள் எல்லாம், தமிழ்நாட்டுக்குத் தலை வணக்கம் செலுத்தும் காலம் கூடிய விரைவில் வரும் என்று தமிழ் மக்கள் எண்ணிக்கொண்டு இருந்த நேரத்தில், 'தமிழன் கால்வாய்'த் திட்டத்தைத் தில்லி கைவிட்டுவிட்டதாக வந்த செய்தி, தமிழ் மக்களுக்கு மனத்துன்பம் உண்டாக்கக் கூடியதாக இருக்கிறது!

குறைந்த செலவு

'தமிழன் கால்வாய்' வெட்டுவதற்குச் செலவு மிகவும் கொஞ்சம் என்று கணக்கிடப்பட்டு இருக்கிறது.

எகிப்து நாட்டில் 'சூயசு' கால்வாய் வெட்டியபோது, அதைப் பாலைநிலத்தில் வெட்ட வேண்டியிருந்தது. அதனால், அதற்கு அதிகச் செலவு ஏற்பட்டது. ஆனால், ஏற்கனவே இருக்கிற கடலில் 'தமிழன் கால்வாய்' வெட்டுவதற்குச் செலவு குறைவாகத்தான் ஆகும்.

7 கோடி ரூபாய் செலவு செய்தால் சிறிய கப்பல்கள் போவதற்கான வாய்ப்புடனும், 15 கோடி ரூபாய் செலவு செய்தால் பெரிய கப்பல்கள் போகக்கூடிய வாய்ப்புடனும் 'தமிழன் கால்வாயை' வெட்டலாம்.

ஆனால், இதற்குப் பணம் இல்லை என்று கைவிரித்துவிட்டது தில்லி அரசு!

தமிழ்நாட்டில் தில்லி அரசு கடந்த 11 ஆண்டுகளாகச் சுரண்டிச் சென்ற தொகை ரூ.800 கோடி! இதில் 50இல் ஒரு பங்கைவிடக் குறைவான ரூ.15 கோடி செலவு செய்தாலும் 'தமிழின் கால்வாய்' தோண்டிவிடலாம். ஆனால், அதைச் செய்யாமல் தமிழ்நாட்டைக் குடியேற்ற ('காலனி') நாடாக, அஃதாவது சுரண்டப்படுகிற நாடாகக் கருதுகிற தில்லி அரசு அந்தத் திட்டத்தைக் கைவிட்டுவிட்டது!

அடிமைத்தளை நீங்கினால்...

தமிழ்நாட்டின் அடிமைத்தளை நீங்கி, உண்மையான 'தமிழர் ஆட்சி' தமிழ்நாட்டில் ஏற்படுமானால், 'தமிழன் கால்வாய் உடனடியாக நிறைவேற்றப்படும் என்பதில் ஐயம் இல்லை!

9. தேசியக் கொள்கையரின் பொய்யுரை!

தில்லியின் வல்லாண்மையில் தமிழ்நாடு அடிமைப்பட்டுக் கிடக்க வேண்டும் என்ற எண்ணத்துடன் 'தேசியக் கொள்கையர்', 'நாம் தமிழர்' இயக்கத்துக்கு மறுப்பாகக் கீழ்க்காணும் தருக்கங்களை எழுப்பியிருக்கிறார்கள்:

1. 'தமிழ்நாடு' ஒரு சிறிய நாடு, முழுவுரிமையுடன் வாழ முடியுமா? இந்தத் தருக்கத்துக்கு இந்நூலில் விடை சொல்லியாகிவிட்டது.

காவிரிக்கு ஏதமா?

2. 'உரிமைத் தமிழ்நாட்டுக்கு ஒப்புதல்தான். ஆனால், காவிரி ஆற்றுக்கு என்ன செய்வது?'

உண்மையில் தன்னுரிமை வேண்டும் என்று விரும்புகிறவர்களுக்கு, எந்த ஆறும் குறுக்கே நிற்காது!

காவிரி ஆற்றின் ஒரு கிளை, கன்னடர் நாடு வழியாக (அஃதாவது மைசூர் மாநிலத்தின் வழியாக) ஓடி வருகிறது என்பது எல்லோருக்கும் தெரியும். காவிரி ஆற்றுத் தண்ணீர் முழுவதும் மைசூரில் இருந்து வருகிறது என்று சிலர் சொல்லுவது மிகைப்படுத்திக் கூறுவது ஆகும்.

ஆற்றுத் தண்ணீரில் ஒரு பகுதி, மைசூர் வழியாக, தமிழ்நாட்டுக்குள் வருகிறது! ஆனால், இதைக்காட்டித் தமிழ்நாடு தனியாக இயங்க முடியாது என்று சொல்லுவது, நில நூல் படிக்காதவர்களை ஏமாற்றும் தந்திரமேயொழிய, நியாயமான காரணம் ஆகாது.

அஃது உண்மையான காரணமாக இருக்குமானால், சீனாவும், பாகிஸ்தானும், இந்தியாவும் தனித்தனி நாடுகளாக இயங்க முடியாது! ஏன் என்றால், 'பிரம்மபுத்திரா' என்ற ஆறு, சீனா வழியாக 800 - கல் ஓடி, அதன்பிறகு இந்தியா வழியாக 800 - கல் ஓடி, பின்னர் பாகிஸ்தானில் ஓடுகிறது.

மேற்படி ஆற்றைச் சுட்டிக்காட்டி, அதன் காரணமாக, இந்தியாவும், சீனாவும் தனித்தனி நாடுகளாக இருக்கக்கூடாது என்று சொல்வோர் யாரும் இல்லை. இந்தியாவும், பாகிஸ்தானும் ஒன்றாக இணைந்துவிட வேண்டும் என்று சொல்லுகிறவர்களையும் காணோம்!

இதைப்போலவே, ஐரோப்பாவில் ஒரு ஆறு ; (டானியூப் என்ற பெயர் உடையது) 6 நாடுகளைத் தொடுகிறது!

இருந்தாலும் அந்த நாடுகள் எதுவும் தனியாக, சொந்தக்கொடியுடன் இருக்கக்கூடாது என்று சொல்லுகிறவர்கள் யாரும் இல்லை.

பொதுவாகப் பார்த்தால் உலகத்திலுள்ள பெரிய ஆறுகள் எல்லாம், பல நாடுகளின் பொது உடைமையாகவே இருக்கின்றன என்பதைக் காணுகிறோம். இந்த ஆறுகளின் காரணமாகச் சண்டை சச்சரவு ஏற்படுவதில்லை.

ஏனென்றால், ஓர் ஆற்றின் தண்ணீரைப் பல நாடுகள் பகிர்ந்துகொள்வதற்கு, நெறிமுறைகள் இருக்கின்றன. அந்தக் கட்டுப்பாடுகளின்படி அந்த நாடுகள் நடந்துகொள்கின்றன.

எந்த நாடாவது, நெறிமுறைகளை மீறினால், அதனால் ஏற்படுகிற சிக்கலை ஒன்றிய நாடுகள் அவையிலும், உலக நாடுகளின் மன்றத்திலும் தீர்த்துக்கொள்ளலாம்.

வீண் புரளி

ஆகவே, தமிழ்நாடு தனி நாடாக இயங்கினால், காவிரி ஆற்றுத் தண்ணீரை இழந்துவிடுவோம் என்பது வீண்புரளி. ஒரு சொட்டுத் தண்ணீரையும் இழக்க மாட்டோம்.

மேலும், 'ஆறு' என்பது மட்டும்தான் ஒரு நாட்டின் வளத்தை உறுதிப்படுத்துவது அன்று என்பதை ஏற்கெனவே சுட்டிக்காட்டி இருக்கிறோம்.

புதுமையான தருக்கம்

3. 'இராமேசுவரம் போன்ற திருத்தலங்கள் தமிழ்நாட்டிலும், காசி போன்ற திருத்தலங்கள் வடநாட்டிலும் இருக்கின்றன. ஆகவே, வடநாடும் தமிழ்நாடும் ஒன்றாக இருக்க வேண்டும்' என்பது தேசிய கொள்கையர் சொல்லுகிற மூன்றாவது காரணம்.

இந்தக் காரணம் புது வகையாக இருக்கிறது. இந்தத் தருக்கத்தின் படி பார்த்தால், இந்தியாவில் உள்ள முசுலிம்கள் மெக்கா'வுக்குப் போகிறார்களே அவர்கள் ஒரு நாட்டைவிட்டு மற்றொரு நாட்டுக்குத்தானே யாத்திரை போகிறார்கள்! யாத்திரை போகிற இடம் ஒரு நாட்டுக்குள்தான் இருக்க வேண்டும் என்றால், இந்தியாவும், மெக்காவும் ஒரே நாடாக வேண்டும் என்று ஆகிறதே!

இதேபோல், செர்மனி தேசத்தில் உள்ள கத்தோலிக்கர்கள், இத்தாலியில் உள்ள ரோம் நகரத்துக்குப் போகிறார்கள். இதற்காக அந்த இரு நாடுகளையும் இணைக்க வேண்டும் என்று சொல்லுகிறவர்கள் இல்லை. இரண்டு நாட்டுக்காரர்களும் தனித்தனி மொழி பேசுகிறவர்கள். அந்த அடிப்படையில் அவை இரண்டும் தனி நாடுகளாகவே இருக்கின்றன.

அதேபோல, இந்திக்காரர்கள் தில்லியில் 'கங்கை நாடு' அடைந்து வாழட்டும். தமிழர்கள் 'தமிழ்நாடு' அடைந்து வாழட்டும். இங்குள்ள திருத்தல ஊர்களுக்குக் கங்கை நாட்டவர் வந்து போகட்டும். அதுபோல், தமிழ்நாட்டில் உள்ளவர்களும் காசிக்குப் போய்விட்டுத் திரும்பலாம்!

ஆகவே, 'திருத்தலங்கள்' என்ற காரணத்தைச் சுட்டிக்காட்டி, தமிழ்நாடு தனி நாடாக இயங்க முடியாது என்று கூறுவது அறிவுடைமை அன்று!

யாழ்ப்பாணத் தமிழர்கள்

4. 'இலங்கையில் ஒரு பகுதியாக இப்போது இருக்கிற யாழ்ப்பாணம், தமிழ்நாட்டுடன் சேர வேண்டும் என்பது தப்பு' இது தேசியக் கொள்கையர் சொல்லுகிற அடுத்தக் காரணம்.

யாழ்ப்பாணத்தில் வாழ்பவர்கள் யார்? அவர்களும் தமிழர்கள்தாமே? அவர்களும் தமிழ் இனத்தவர்கள்தாமே? 'ஒரு மொழி ஒரு நாடு' என்ற முறையிலேயே உலகெங்கிலும் உள்ள நாடுகள் அமைந்திருக்கின்றன. ஒரே மொழி பேசுகிற மக்கள் துண்டாக 2 நாடுகளாக பிரிந்து கிடந்தால் அந்தப் பிரிவினை நீடித்து நிற்பதற்கில்லை என்பதை அண்மையில் அரபு நாடுகளில் நடைபெற்ற நிகழ்ச்சிகள் காட்டுகின்றன என்பதை ஏற்கனவே எடுத்துக்காட்டியிருக்கிறோம். அஃதாவது 'இராக்' என்ற அரபு நாடும், 'ஜோர்டான்' என்ற அரபு நாடும் ஒரே நாடாகச் சேர்ந்துவிட்டன. எகிப்து – சிரியா ஆகிய இரு அரபு நாடுகளும் 'ஒரே நாடு' என்ற அடிப்படையில் ஒன்று சேர்ந்துவிட்டன. அப்படி இருக்கும்போது, தமிழகத்தில் வாழுகின்ற 400 இலட்சம் தமிழர்களும் ஏன் ஒன்று சேரக்கூடாது? இதில் என்ன தவறு?

5. இந்தியா தேசத்தைத் துண்டுபோட்டுத் தமிழ்நாடு தனிநாடாக ஆவது 'இரண்டகம்' என்பது தேசியக்கொள்கையர் சொல்லுகிற மற்றொரு காரணம்.

தில்லியில் அடிமை ஆட்சியில் இருந்து விடுபட்டு, தமிழ்நாட்டை 'உரிமை நாடு' ஆக ஏற்படுத்த வேண்டும் என்பது இரண்டகமா, வீரமா என்பதற்கு முன்பே இப்புத்தகத்தில் விடை சொல்லியாகிவிட்டது.

10. சிறுபான்மைத் தன்மை

இலங்கையில் தமிழ் மக்கள் துன்பப்படுகிறார்கள் என்றால், அதற்கு அடிப்படையானக் காரணம் என்ன? தமிழர்கள் அங்கே 'சிறுபான்மையர்' என்ற நிலையில் இருப்பதுதான்.

இலங்கையில் 65 இலட்சம் சிங்களர்களும், 25 இலட்சம் தமிழர்களும் வாழுகிறார்கள். சிங்களருக்குப் 'பெரும்பான்மையர்' என்ற நிலையும், தமிழர்களுக்குச் 'சிறுபான்மையர்' என்ற நிலையும் இருக்கின்றது.

சிங்களர் வல்லாண்மை!

அதனால், தேர்தல் நடக்கிற காலத்தில் சிங்களரே 'பெரும்பான்மையாக'ச் சட்டமன்றத்துக்கு வருகிறார்கள். அதனால், சிங்களர் வல்லாண்மையில் அரசு அமைய நேரிடுகிறது. இதன் காரணமாகத் தமிழர்களுக்கு எல்லாத் தொல்லைகளும் உண்டாகின்றன.

தாயகத் தமிழர்கள்

இதைப்போலவே, தாயகத் தமிழ்நாட்டில் உள்ள தமிழர்களும் 'சிறுபான்மையர்' என்ற நிலையில்தான் இருக்கிறார்கள். 4 கோடிப் பேர் தமிழர்கள் இந்திய தேசத்தில் வாழ்கிறார்கள் என்றால், 36 கோடி பேர் - தமிழர் அல்லாதார் வாழ்கிறார்கள். ஆகையால், தமிழர் அல்லாதாருக்குப் 'பெரும்பான்மை' நிலையும், தமிழருக்குச் 'சிறுபான்மை' நிலையும் இருக்கிறது.

இந்த நிலையின் காரணமாகத்தான் இந்தியாவில் வாழ்கிற தமிழர்களுக்கு எல்லாத் தொல்லைகளும் ஏற்படுகின்றன. தமிழ்

மொழிக்குத் தீங்கு ஏற்படுகிறது என்றால், அதற்குக் காரணம், இந்தியாவில் தமிழ் மொழி பேசுகிறவர்கள் சிறுபான்மையாக இருப்பதுதான்!

துன்பம் ஒழிய வழி!

ஆகவே, தமிழ் மக்களுடைய துன்பங்கள் ஒழிய வேண்டுமானால், இந்தச் சிறுபான்மையான நிலையை ஒழிக்க வேண்டும்.

தமிழ்நாடு தன்னுரிமை பெற்றால் அந்த உரிமை நாட்டில் தமிழ் மக்கள் பெரும்பான்மையாக வாழுவார்கள். அதனால், தமிழ் மொழியின் மதிப்பு ஓங்கும். தமிழ் மக்களின் வாழ்க்கைத்தரம் உயரும்.

திராவிடம்!

தமிழர்கள், கன்னடர்கள், தெலுங்கர்கள், மலையாளிகள் ஆகிய 4 பேரும் சேர்ந்து, 'திராவிடம்' என்ற திராவிட அமைப்பை ஏற்படுத்தினாலும் தமிழ் மக்களின் தொல்லை தீராது. ஏன் என்றால், திராவிடத்தில் தமிழ் மக்கள் 4 கோடி பேர் இருந்தால், தமிழர் அல்லாதார் 6 கோடிப் பேருக்கும் அதிகம் இருப்பார்கள். அஃதாவது, திராவிடத்தில் தமிழர்கள் 'சிறுபான்மை'யாகத்தான் இருப்பார்கள். அந்த நிலையில் தமிழ் மக்களுக்கு இப்போதுள்ள தொல்லைகள் நீடிக்கத்தான் செய்யும்.

'யூதர்கள்' வரலாறு!

சிறுபான்மை நிலை ஒழிந்தால்தான் தமிழ் இனம் வாழமுடியும் என்பதற்கு எடுத்துக்காட்டாக யூதர்களின் வரலாற்றைச் சொல்லலாம்.

ஜெர்மனி, இங்கிலாந்து, ஆஸ்திரியா முதலிய பல நாடுகளில் யூதர்கள் 'சிறுபான்மை'யாக இருந்தார்கள். எல்லா நாடுகளிலும் அவர்கள் அடைந்த தொல்லைகளுக்கு அளவு கிடையாது.

இன்று தமிழர்களைப் பிற நாடுகளில் அடித்து விரட்டுவது போல, யூதர்களை எல்லா நாட்டுக்காரர்களும் அடித்து விரட்டினார்கள். கடைசியில், உலகம் முழுவதும் சிதறிக்கிடந்த யூதர்கள் எட்டு இலட்சம் பேர் 1948ஆம் ஆண்டு அரேபியா

பாலை நிலத்தில் ஒன்று சேர்ந்து அங்கு 'இசுரேல்' என்ற முழு உரிமைத் தனி நாட்டை அவர்களுக்கென்று அமைத்தார்கள். பல நாடுகளில் சிறுபான்மையினராக இருந்த அவர்கள் 'உரிமை நாடு' அமைத்தவுடன் அவர்களுடைய தொல்லைகள் நீங்கின.

தனி நாட்டின் சிறப்பு

அந்த நாட்டில் இப்பொழுது மொத்தம் 17 இலட்சம் பேர்கள்தாம் வாழுகிறார்கள். என்றாலும் அவர்களுக்குச் சொந்தக் கொடியும், சொந்த ஆட்சியும், சொந்தப் படையும் இருப்பதன் காரணமாக, உலகத்தில் யூத மக்களுக்கு ஓர் உயர்வான நிலை ஏற்பட்டுள்ளது.

யூதர்களுடைய வரலாறு தமிழ் மக்களுக்கு நல்ல எடுத்துக்காட்டாக இருக்கிறது.

தமிழ் மக்கள் 400 இலட்சம் பேர் இருந்தாலும் இந்தியா என்ற அமைப்பில் சிறுபான்மை நிலையில் இருப்பதால் வறுமையிலும், துன்பத்திலும், அடிமைத்தனத்திலும், சிக்கித் தவிக்கிறார்கள். இந்த 400 இலட்சம் பேரும் தன்னுரிமையுடன் இருந்தால் இசுரேல் நாட்டைவிட 24 மடங்கு பெரிதாகத் தமிழ்நாடு இருக்கும்.

இன்றுள்ள 'சிறுபான்மை'த் தன்மையை உடைத்தெறிந்து, உரிமைத் தமிழ்நாடு அடைந்தால் தமிழர்கள் புது வாழ்வு பெறுவார்கள்.

11. குறள் கண்ட அரசு

திருவள்ளுவர் வகுத்த அரசுதான் 'உரிமைத் தமிழ் அரசு' ஆகும்.

தமிழர்களின் பண்பாட்டுக்குப் பொருத்தமான ஆட்சி, எப்படிப்பட்டதாக இருக்க வேண்டும் என்று திருவள்ளுவர் தெளிவாகக் கூறியிருக்கிறார்.

படை, உறவு!

'அரசு' என்றால் அதற்கு இலக்கணம் என்ன என்பது திருக்குறளில் கூறப்பட்டு இருக்கிறது. முதலில் அந்த அரசுக்கு ஆதரவாகத் தகுந்த படை இருக்க வேண்டும். அந்த அரசுக்கு வெளிநாடுகளுடன் தொடர்பும், நட்பும் வேண்டும்.

ஆகையால்தான் படை, உறவு ஆகிய இரண்டையும் ஓர் ஆட்சியின் முக்கிய உறுப்புகள் என்று வள்ளுவர் வகுத்துள்ளார். ஆகவே, படையையும் வெளிநாட்டு உறவையும் தில்லி அரசிடம் ஒப்படைத்துவிட்டுத் தமிழ்நாட்டில் ஓர் அரசு நடக்குமானால் அது 'தமிழ் அரசு' அன்று.

குருட்டு அரசு!

தமிழ் அரசு ஏற்படுகிற காலத்தில் அந்த அரசுக்குத் தமிழ் வீரர்கள் அடங்கிய படைத்துறையும் தமிழர்களே தூதுவர்களாக வெளிநாடுகளுக்குப் போகிற அதிகாரமும் இருத்தல் வேண்டும். இந்த இரண்டு அதிகாரங்களும் இல்லாமல், தமிழ்நாட்டில் ஏற்படுகிற அரசு, வள்ளுவர் வகுத்த 'தமிழ் அரசு' ஆகாது! இரண்டு கண்களும் இல்லாத 'குருட்டு அரசு' என்று அதைச் சொல்ல முடியுமே ஒழிய, 'தமிழ் அரசு' என்று சொல்ல முடியாது!

பசி ஒழிக்கும் திட்டம்

திருவள்ளுவர் கூறிய ‘தமிழ் அரசு’ இந்த நாட்டில் ஏற்படுமானால், பசி என்பதே தமிழ்நாட்டில் இருக்காது. உறு பசியும் ஓவாப் பிணியும்... சேராது இயல்வது நாடு’ என்பது திருக்குறள்.

நாட்டில் பசி இல்லாமல் இருக்க வேண்டும் என்றால், (1).குழந்தைகளை வளர்க்க முடியாமல் அவதிப்படுகிற பெற்றோருக்கு அரசு ‘குழந்தைகள் வளர்ப்புப் பணம்’ கொடுத்து உதவ வேண்டும். (2). பள்ளிக்கூடத்தில் ஆண், பெண் எல்லாப் பிள்ளைகளுக்கும் இலவசமாகச் சோறு போடவேண்டும். (3). படிப்பு முடிந்ததும் எல்லோருக்கும் ‘வேலை அல்லது சோறு’ என்ற பொறுப்பை அரசு ஏற்க வேண்டும். (4). வயதான பின், அவர்களுக்குச் சோறு போடுகிற பொறுப்பையும் அரசு ஏற்கவேண்டும்.

மேற்கண்ட 4 பொறுப்புகளையும் எந்த அரசு ஏற்றுக்கொள்ளுகிறதோ, அதுதான் வள்ளுவர் கண்ட அரசு ஆகும். தொட்டிலில் இருந்து சுடுகாடு வரை மக்கள் பசி அற்று வாழுகிற தமிழ் அரசில், மேற்கண்ட பொறுப்புகளை அரசு ஏற்றுக்கொள்ளும்.

வியர்வை சிந்தும் கடின உழைப்பு

மேலும், மிகவும் கடுமையாக, அஃதாவது திறனை மீறிய உழைப்பு உழைத்துத்தான், ஒருவன் வயிறு வளர்க்க வேண்டும் என்ற நிலைமை இருக்குமானால், அது ‘தமிழ் அரசு’ ஆகாது! கடினமான உழைப்பு உழைக்க வேண்டும் என்ற நிலைமை ஒரு நாட்டில் ஏற்படுமானால், அது ‘நாடு அன்று’ என்று வள்ளுவர் கூறி உள்ளார்.

மிகவும் பளுவான மூட்டைகளைத் தூக்கி உழைப்பது, பாரத்தை ஏற்றிய வண்டிகளை மாந்தர்கள் இழுப்பது, நாள் ஒன்றுக்கு 8 மணி நேரத்துக்கு மேல் நிலத்திலோ அல்லது ஆலையிலோ வியர்வையைச் சிந்துவது இப்படிப்பட்ட கடினமான வேலைகளை மக்கள் செய்யவேண்டிய நிலைமை ஏற்படக்கூடாது.

கடினமான உழைப்புகளை எந்திரங்கள் செய்யவேண்டும். மாந்தன், கட்டுக்கு அடங்கிய உழைப்பைச் செய்து, ஓய்வு

நேரத்தில் ஓரளவு இன்பமாக வாழ்க்கை நடத்தவேண்டும். 'இன்பம்' என்பதை ஒரு நாட்டின் 'அணி'யாக வள்ளுவர் வருணித்து இருக்கிறார்.

அப்படிப்பட்ட நிலைமையை ஏற்படச் செய்கிற அரசுதான், உண்மையான 'தமிழ் அரசாக' இருக்க முடியும்.

மேற்கண்டபடி, வள்ளுவர் வகுத்துக்கூறிய தமிழ் அரசு என்பதற்கு 'உரிமைத் தமிழ்நாடு' என்பது மற்றொரு பெயர்.

உலகப் பெரியார் என்ற பெயருக்கு, உரிய திருவள்ளுவர் காட்டிய வழியில் 'அரசு' அமைத்தால், எல்லா மக்களும் இன்புற்று வாழ முடியும்.

12. வருங்காலம்

தமிழ்நாட்டின் 600 ஆண்டு கறுப்புக் 'கால வட்டம்' முடிந்துவிட்ட படியால், இனித் தமிழ்நாடு விடுதலை அடைவது உறுதி! விழித்து எழுந்த தமிழ் மக்கள் இதை உணர்ந்துவிட்டார்கள். ஆகவே, மீண்டும் தமிழ்க்கொடி பறப்பதை யாராலும் தடுத்து நிறுத்த முடியாது!

400 இலட்சம் தமிழ் மக்கள் ஓரினம் தமிழ் இனம் என்பதை உணர்ந்து, நமது அடிமைத் தளையை அறுத்து எறிவது என்று வீறிட்டு எழுந்தால், அதை எதிர்த்து உலகமே திரண்டாலும் தடுக்க முடியாது; எந்த அரசாலும் முடியாது. அந்த அரசிற்கு உடந்தையாக இருக்கிற 33 கோடி பேர்களாலும் முடியாது.

30 இலட்சம் அயர்லாந்து மக்கள் விடுதலை கேட்டபோது, அவர்களைத் தடுப்பதற்கு அவர்களைப்போல் 15 மடங்கு அதிக எண்ணிக்கை உள்ள ஆங்கிலேயர்களால் முடியாமல் போய்விட்டது அன்றோ?

உரிமை நாடு ஏற்பட்டால்

தமிழ்நாடு தன்னுரிமை நாடாக ஏற்பட்டால், தமிழ் மொழி உண்மையிலேயே ஆட்சிமொழி ஆகும்! தமிழ்க் கல்வி வளரும்; அயலவரும் தமிழைப் படிப்பார்கள்!

தமிழ்நாடு முழுவதும் மாவட்டம் தோறும் வட்டம் தோறும் புதிய புதிய தொழிற்சாலைகள் கட்டப்படும்; தமிழ் மக்களின் வாழ்க்கைத் தரம் உயரும்; தமிழ்த் தொழிலாளர்கள், உலகத் தொழிலாளர்கள் எல்லோரையும்விட அதிக ஊதியம் பெறுவார்கள். தமிழ்நாட்டில் 'இல்லை' என்பது இல்லையாக

ஒழியும்! கண்ணீர்விட்டு அழும் தமிழ்த்தாயின் முகம் மாறிப் புன்னகை தவழும்!

தமிழர்கள் தலைநிமிர்ந்து நடப்பார்கள். தமிழன் என்றால் உலகத்தில் மதிப்பு உயரும்.

தமிழர் வல்லரசு

தமிழ்நாடு நல்லரசாக மாறி, வானத்திலும் தரையிலும் தண்ணீரிலும் தமிழ் வீரர்களுக்கு நிகரில்லை என்று ஏற்படும். தமிழர்க்கு உலகத்தார் தலை வணக்கம் செய்வார்கள்.

தமிழர் கப்பல் உலகத்தைச் சுற்றும். வாணிபத் துறையில் தமிழர்களின் புகழ் ஓங்கும்.

உலக நாடுகளில் தமிழ்த் தூதுவர்கள் முதல் இடம் பெறுவார்கள். உலகெங்கும் தமிழ் முழக்கம் செய்யப்படும்.

நாணயத்தில், அஞ்சல் தலையில், அரசு இலச்சினையில் எல்லாவற்றிலும் தமிழ்மொழி இடம் பெறும். தமிழ்நாட்டின் 'நாட்டுப்பண்' தமிழ்மொழியில் முழங்கட்டும்!

தமிழ்ப்படை

திருக்குறள் சொல்லும் இலக்கணப்படி 'தமிழ்நாடு' இருக்கும்; வெளிநாட்டு 'நட்பு' இருக்கும்!

பசியும் பிணியும் ஒழியும்! வளமும் வாழ்வும் பொழியும்!! துன்பம் மறையும்! இன்பம் நிறையும்! 'கருப்புக் காலவட்டம்' நீங்கும்! பொற்காலம் ஓங்கும்!!

ஆதித்தனாரின
சுதந்திரத் தமிழ்நாடு
வினா விடை

சுதந்திரத் தமிழ்நாடும்
நாம் - தமிழர் இயக்கமும்

கேள்வி: நாம் - தமிழர் இயக்கம் எப்போது துவக்கப்பட்டது?

பதில்: இன்றைக்கு 22 ஆண்டுகளுக்கு முன் மதுரையில் துவக்கப்பட்டது! அக்கூட்டத்திற்கு நாவலர் சோமசுந்தர பாரதியார் உள்ளிட்ட தமிழறிஞர்கள் வந்திருந்தனர். 1942ஆம் ஆண்டில் வெள்ளைக்காரனை எதிர்த்துப் பெரும் போராட்டம் நடந்துகொண்டிருந்தது. ஒரு நாட்டில் ஒரே நேரத்தில் இரண்டு விடுதலை இயக்கங்கள் செயல்பட முடியாதாகையால், இயக்க வேலைகள் நிறுத்தப்பட்டு, மீண்டும் 1957ஆம் ஆண்டு தொடங்கப்பட்டது.

கே: 'உடல் மண்ணுக்கு, உயிர் தமிழுக்கு' என்ற இலட்சிய ஒலி எப்போது முதன் முதலாக எழுப்பப்பட்டது?

ப: இன்றைக்கு இருபத்திரண்டு ஆண்டுகளுக்கு முன் அதாவது (1942இல்) மதுரையில் நாம் தமிழர் இயக்கம் 'தமிழரசு கட்சி' என்ற பெயரில் துவக்கப்பட்ட போது 'உடல் மண்ணுக்கு, உயிர் தமிழுக்கு' என்ற முழக்கம் முதன்முதலில் பயன்படுத்தப்பட்டது.

கே: உங்கள் இயக்கத்திற்கு நாம் - தமிழர் இயக்கம் என்று பெயர் வைக்கப்பட்டதற்குக் காரணம் என்ன?

ப: நாம் - தமிழர் இயக்கம் தமிழ் மொழியை அடிப்படையாகக் கொண்ட இயக்கம். அயர்லாந்து நாடும் இங்கிலாந்திற்கு அடிமைப்பட்டுக் கிடந்தது. இங்கிலாந்து நாட்டிலிருந்து அயர்லாந்தை விடுவித்த விடுதலை இயக்கத்திற்கு 'சின் - பெயின்' என்று பெயர். 'சின் - பெயின்' என்றால் 'நாம் ஐரிஷ் மக்கள்' என்று பொருள். அயர்லாந்தின் மொழியான ஐரிஷ் மொழி மறுமலர்ச்சியடைய வேண்டும் என்ற அடிப்படையில்தான் நாம் ஐரிஷ் மக்கள்' இயக்கம் ஆரம்பிக்கப்பட்டு அயர்லாந்து விடுதலையும் அடைந்துவிட்டது. நாம் ஐரிஸ்காரர் என்ற இயக்கம் இங்கிலாந்து மக்களும் அயர்லாந்து மக்களும், வேறு வேறானவர்கள் என்பதை எடுத்துக்காட்டியது. அதேபோல், 'நாம் தமிழர்' என்று சொல்லும்போது 'இந்தியனுமல்ல, திராவிடனுமல்ல; தமிழன் தமிழன்தான்' என்ற விளக்கம் கிடைக்கிறது.

கே: நாம் - தமிழர் இயக்கக் கொடியின் கருத்து என்ன?

ப: நாம் தமிழர் இயக்கத்தின் கொடி 'தமிழ்க்கொடி' ஆகும்.

வானும், நீரும், நிலமும் கொண்டது உலகம். கொடியின் மேலே இருக்கும் நீல நிறம் வானத்தையும் கீழே இருக்கும் நீல நிறம் நீரையும், நடுவில் இருக்கும் செம்மண் நிறம் நிலத்தையும், குறிக்கும். இந்தக் கொடியின் நடுவே புகழ்பெற்ற தமிழ்ச் சின்னங்களான வில், புலி, வன்மீன் பொறிக்கப்பட்டு, 'தமிழ் வெல்க' என்ற எழுத்துக்கள் உடன் உள்ளன.

நீரும், நிலமும், வானும் கொண்ட உலகெல்லாம் தமிழ்ப் பண்பாடு தழைக்க வேண்டும்; தமிழ் மொழியின் பெருமையும் புகழும் ஓங்க வேண்டும்; தமிழ்நாட்டின் மதிப்பு உயர வேண்டும்; என்பதுதான் இதன் கருத்து.

கே: மலையாள அரசர்களான சேர அரசர்களின் வில் சின்னம் தமிழ்க் கொடியில் இடம் பெறலாமா?

ப: சேரநாடு என்பது இன்றைய மலையாளம் அல்ல. சேர நாட்டிற்குத் தெற்கே கடல் என்று இலக்கியத்தில்

இருக்கிறது. மலையாளத்திற்கு மேற்கேதான் கடல். சேர மன்னர்கள் பனம்பூ மாலை அணிந்ததாக வரலாறு கூறுகிறது. மலையாளத்தில் தென்னைதான் உண்டு. சேர நாடு என்பது தெற்கே கடலையும், பனைச் செல்வத்தையும், கொண்டுள்ள நெல்லை, குமரி மாவட்டங்களைக் கொண்டது. பொருனை (தாமிரவருணி)க்கு உடையவன் சேரன் என்று சிலப்பதிகாரத்தில் இருக்கிறது. மலையாளத்தை ஆட்சி செய்தவர்கள்தான் சேர மன்னர்கள் ஆவர்.

மலையாளிகள் சேரர்கள் அல்ல. அவர்கள் தங்களைப் பரசுராமனின் வழித்தோன்றல்கள் என்று அழைத்துக் கொள்கிறார்கள். ஆகவே, மலையாளிகள் ஆரிய வழியைச் சேர்ந்தவர்கள்.

எனவே, தமிழ் அரசர்களான சேர மன்னரின் வில் சின்னம், தமிழ்க்கொடியில் இடம் பெற்றிருப்பது நியாயமாகும்.

(இப்போது சின்னம் இல்லாமலும் கொடியேற்றலாம் என்று திருத்தம் செய்யப்பட்டுள்ளது. கொடியேற்றுவதற்கு எல்லாருக்கும் எளிதாக இருக்கும் பொருட்டே நாம் தமிழர் இயக்கத்தின் தலைமைப் பொதுக்குழு அவ்வாறு திருத்தம் செய்துள்ளது.)

கே: நீங்கள் கேட்கும், சுதந்திரத் தமிழ்நாட்டின் எல்லை எது? பழங்காலத் தமிழகமா? இன்றைய தமிழகமா?

ப: தமிழ்நாடு என்பது இப்போது சுருங்கி இருக்கிறது. ஆந்திரம், கேரளம் போன்ற பிற மாநிலங்கள் தமிழ்ப் பகுதிகளை விழுங்கி உள்ளதை மீட்க வேண்டும். மேலும், பர்மா, மலேயா, பிஜித் தீவு, மோரீஸ் தீவு, தென்னாப்பிரிக்கா, இலங்கை போன்ற இடங்களில் லட்சக்கணக்கான தமிழர்கள் வாழ்கிறார்கள். அவர்கள் அனைவரும் நம்மைப் போன்ற தமிழ்த்தாயின் புதல்வர்கள்தான்.

ஆஸ்திரேலியா, நியூஸிலாந்து, கானடா ஆகிய தனித்தனி நாடுகளில் வாழ்ந்தாலும் - அங்கெல்லாம் உள்ள ஆங்கிலேயர்கள் இங்கிலாந்தையும் அதன் ஆட்சியையும் ஏற்றுக்கொள்வதைப் பார்க்கிறோம். அதேபோலச் சுதந்திர

தமிழகத்தின் ஆட்சியின் பேரில் உலகிலுள்ள தமிழர்கள் விசுவாசம் செலுத்துவார்கள்.

பெரும்பாலும் தமிழர்கள் வாழ்கிற பகுதிகள் ஒன்று சேர்ந்த தமிழ் சாம்ராஜ்யம் அல்லது பேரரசாகச் சுதந்திரத் தமிழ்நாடு விளங்கும்.

கே: இலங்கை உள்ளிட்ட சுதந்திரத் தமிழ்நாடு - வேண்டும் என்று கூறுகிறீர்களே! இலங்கை தமிழகத்துடன் இணையுமா?

ப: இலங்கையின் வடக்கு கிழக்கு பகுதிகள் தமிழர்கள் வாழும் பகுதியாகும். இலங்கையின் தமிழ்ப் பகுதியான ஈழத்தமிழகத்தை வேற்று நாடு என்று கூறுவதே தவறு.

ஈழத்தையும், தாய்த் தமிழகத்தையும் பிரிப்பது வாய்க்கால் போன்ற குறுகிய கடல்தான். நீந்திக் கரைசேரக் கூடிய தூரம். நம்மைப்போலவே எல்லா வகையிலும் தமிழ் வாழ்க்கை வாழ்ந்து வரும் இலங்கைத் தமிழர்களைத் தாய்த் தமிழகத்திலிருந்து எப்படிப் பிரித்து வைக்க முடியும்?

கடலால் பிரிக்கப்பட்டு 300 தீவுகளில் வாழ்ந்து வரும் கிரேக்க மக்கள் மொழி அடிப்படையில் கிரீஸ் என்ற ஒரே நாடாக இருந்து வருகிறார்கள்.

இந்தி ஆதிக்கத்திலிருந்து தாய்த் தமிழகமும், சிங்கள ஆதிக்கத்திலிருந்து ஈழத்தமிழகமும் விடுதலை அடைந்தால், தாயும், சேயும் இணைவதை யாரும் தடுக்க முடியாது. அது சரித்திரத்தின் கட்டாயம்.

கே: 'நாம் தமிழர்' என்று கூறுகிறீர்களே! யார் தமிழர்?

ப: தமிழ் மொழியைத் தாய் மொழியாகவும் (வீட்டு மொழியாகவும், நாட்டு மொழியாகவும்) தமிழ்நாட்டைத் தாய் நாடாகவும் தமிழ்ப் பண்பாட்டைத் தனது பண்பாடாகவும் ஏற்றுக்கொள்கிறவர்கள் தமிழர்கள்.

தமிழ்தான் உலக மொழி என்றும், தமிழ் இனமே சிறந்த இனமென்றும், தமிழ்நாடே உயர்ந்த நாடென்றும் ஏற்றுக்கொள்வோர் தமிழர்கள்.

கே: தமிழர்கள் என்போர் யார்? வீட்டில் தெலுங்கு பேசுகிறவர்கள் நாம் - தமிழர் இயக்கத்தில் உறுப்பினராகலாமா?

ப: தமிழ்மொழியே தாய்மொழி என்றும், தமிழ்நாட்டைத் தாய் நாடு என்றும் ஏற்றுக்கொள்ளாதவர்கள் தமிழர்கள் அல்ல. வீட்டில் தெலுங்கு பேசுகிறவர்கள் நாம் - தமிழர் இயக்கத்தில் சேர விரும்பினால் வீட்டிலும் தமிழ் பேச ஒப்புக்கொள்ள வேண்டும்.

அமெரிக்கா நாட்டில் ஒரு பல் வைத்தியரைச் சந்தித்தேன். அவர் ஒரு யூதர். அவருடைய தந்தை அமெரிக்காவுக்கு ஓடி வந்தவர். அவருக்கு யூத மொழி தவிர வேறு மொழி தெரியாது. நான் சந்தித்த பல் வைத்தியருக்கு யூத மொழியோடு ஆங்கிலமும் தெரியும். பல் வைத்தியருடைய பிள்ளைகளுக்கு ஆங்கிலம் தவிர வேறுமொழி தெரியாது. இதேபோல் இரண்டு தலைமுறைகளுக்கு மேல் தமிழ்நாட்டில் வசிக்கிற தெலுங்கர்கள் வீட்டில் தமிழ் மொழியைப் பேசி, தமிழையே தாய்மொழியாக ஆக்கிக்கொள்ள வேண்டும். 30 தலைமுறைகளாக வாழ்ந்து வருகிற தெலுங்கர்கள் தமிழ் மண்ணிலே பிறந்து வளர்ந்து வாழ்ந்து மறைகிறார்கள். வீட்டில் தமிழ் மொழியை ஏன் பேசக்கூடாது? "தமிழில் பேசமாட்டேன், தெலுங்கில்தான் பேசுவேன்" என்று பிடிவாதமாகக் கூறுகிறவர்களுக்குத் தமிழ்நாட்டின் மேல் பற்று இருக்கிறது என்பதை எப்படி நம்ப முடியும்?

எனவே, தெலுங்கு மொழியை இன்னும் பேசி வருகிற மக்கள், வீட்டிலும் தமிழையே பேச வேண்டும் என்று அன்புடன் வேண்டிக்கொள்கிறேன்.

கே: தமிழ்நாட்டுக்குச் சுதந்திரம் கிடைத்தால் ஆற்றுத் தண்ணீர் கிடைக்காது என்று மந்திரிகள் கூறுகிறார்களோ?

ப: பூகோளம் படிக்காதவர்களை ஏமாற்றும் தந்திரம் இது.

'பிரம்மபுத்திரா' என்ற ஆறு சீனா, இந்தியா, பர்மா ஆகிய மூன்று நாடுகளிலும் ஓடுகின்றது. ஐரோப்பாவிலுள்ள டானியூப் என்ற ஆறு, 6 நாடுகளில் பாய்கிறது.

இதனால், அந்த நாடுகள் சொந்தக் கொடியுடனும் படையுடனும் இருக்கக்கூடாது என்று யாரும் கூறவில்லை.

உலகத்திலுள்ள பல பெரிய ஆறுகளெல்லாம் அவை பாய்கின்ற நாடுகளின் பொது உடமையாகவே

இருக்கின்றன. ஆற்றின் தண்ணீரைப் பல நாடுகள் பகிர்ந்துகொள்வதற்கு விதிகள் இருக்கின்றன. ஆகவே சுதந்திரம் அடைந்தால் ஆற்றுத் தண்ணீரை இழந்துவிடுவோம் என்பது புரளி.

கே: தமிழ்நாடு பிரிந்து தனியே வாழ்வது நன்று என்று தாங்கள் கூறுவது சரியா?

ப: நாம் தமிழர் இயக்கம் கேட்பது பிரிவினை அல்ல.

பிரிவினை என்பது சம உரிமை உள்ளவர்களுக்கு இடையில் ஏற்படுவது.

டெல்லிக்காரன் ஆட்சியில் தமிழர்கள் அடிமைப்பட்டுக் கிடப்பதால் நாம் - தமிழர் இயக்கம் விடுதலைக்குப் போராடுகிறது.

கே: டெல்லியின் உதவியால்தான் ஐந்தாண்டுத் திட்டத்தின் மூலம் தமிழ்நாட்டிற்குப் பணம் கிடைப்பதாகக் கூறுகிறார்களே?

ப: ஒரு ஐந்தாண்டுத் திட்ட காலத்தில் தமிழ்நாட்டுக்குக் கிடைக்கும் தொகை ஏறத்தாழ 200 கோடி ரூபாய் ஆகும்.

சுதந்திரத் தமிழ்நாடு அமைந்தால் இப்போது செலவிடப்படுவதைப்போலப் பத்து மடங்கு அதிகம் செலவிடமுடியும்.

கே: சுதந்திரத் தமிழ்நாட்டின் பொருளாதார வளர்ச்சிக்கு வெளிநாட்டின் உதவி தேவைப்படுமா?

ப: வெளிநாட்டு உதவியை எதிர்பார்க்கிற நிலையில் சுதந்திரத் தமிழ்நாடு இருக்காது. எல்லா வளங்களும் பெற்றுள்ள தமிழ்நாடு எந்த வெளிநாட்டு உதவியும் தேவை இல்லாமலேயே உலகில் சிறந்த நாடாக விளங்க முடியும்.

கே: சுதந்திரத் தமிழ்நாட்டில் கல்வி வளர்ச்சி அடையுமா?

ப: கல்வி வளராமல் இருப்பதற்குப் பணக்குறைவுதான் காரணம் என்று கூறப்படுகிறது. டெல்லியின் சுரண்டல் நின்றால் இப்போது கிடைப்பதைப்போலப் பத்து மடங்கு அதிகம் கல்வி வளர்ச்சிக்குப் பணம் கிடைக்குமாதலால், சுதந்திரத் தமிழ்நாட்டில் - கல்வி பத்து மடங்கு வளர்ச்சியடையும்.

கே: சுதந்திரத் தமிழ்நாட்டில் பொருளாதாரம் எந்த அமைப்பில் இருக்கும்? சோஷலிசமா? கம்யூனிசமா?

ப: வள்ளுவர் வகுத்த அரசியல்தான் தமிழ் மக்களுக்குச் சிறந்த அரசியல். 'இசம்' என்று சொல்ல வேண்டுமென்றால். 'வள்ளுவரிசம்' என்றே கூறலாம்.

திருவள்ளுவர் கூறிய அரசியல்படி பார்த்தால் தமிழ்நாட்டில் எல்லாரும் பசி என்பதே இல்லாமல் இருப்பார்கள்.

'உறு பசியும், ஓவாப் பிணியும், செறுபகையும் சேராது இயல்வது நாடு' என்பதே குறள் வாக்கு.

நாட்டில் பசி இல்லாமல் இருக்க வேண்டுமென்றால் (1). குழந்தைகளை வளர்க்க வளர்ப்புப் பணம், (2). பள்ளிக்கூடத்தில் எல்லாப் பிள்ளைகளுக்கும் இலவச உணவு, (3). படிப்பு முடிந்ததும் 'வேலை அல்லது சோறு', (4). வயதான பின் வாழ்க்கைப் பணம் என்ற திட்டத்தை அமுல் நடத்தவேண்டும். 'தொட்டில் முதல் சுடுகாடு வரை' மக்கள் பசி அற்று வாழ்கிற வகையில் ஆட்சி பொறுப்பேற்றுக்கொள்ளும் என்பதுதான் இதன் கருத்து.

கே: சுதந்திரத் தமிழ்நாட்டில் வாழ்க்கைத் தரம் எப்படி இருக்கும்?

ப: மோட்டார் இல்லாத தமிழ்க் குடும்பமே இல்லை என்ற நிலையில் இருக்கும்.

73 லட்சம் மக்களைக் கொண்ட சுவீடன் நாட்டில் எல்லோருக்கும் மோட்டார் இருக்கிறது என அமைச்சர் சுப்ரமணியம் கூறுகிறார். அப்படியானால் 400 லட்சம் மக்கள் தொகை உள்ள தமிழ்நாடு சுவீடனைவிடச் சிறந்த வாழ்க்கைத் தரமுள்ள நாடாக விளங்க முடியாதா? சுவீடன் நாட்டைவிடச் சிறப்பான வகையில் கனிவளம் உடைய நாடு தமிழ்நாடு. நமது நாடு சுதந்திரம் அடைந்தால் உலகிலேயே சிறந்த வாழ்க்கைத்தரம் உள்ள நாடாக விளங்கும்.

கே: கடவுள் நம்பிக்கை உள்ளவர்கள் நாம் - தமிழர் இயக்கத்தில் சேரலாமா?

ப: நாம் - தமிழர் இயக்கம் ஒரு விடுதலை இயக்கம். சுதந்திரத் தமிழ்நாடு குறிக்கோளில் நம்பிக்கை இருக்கிற யாரும் இந்த

இயக்கத்தில் சேரலாம். அதாவது பிள்ளையாருக்குத் தேங்காய் உடைப்பவர்களானாலும், பிள்ளையாரையே உடைப்பவர்களானாலும் இயக்கத்தில் சேருவதற்குத் தடை இல்லை.

கே: சுதந்திரத் தமிழ்நாட்டில் பார்ப்பனர் ஆதிக்கம் இருக்குமா?

ப: யாரும், யாரையும் ஆதிக்கம் செலுத்தும் நிலைமை சுதந்திரத் தமிழ்நாட்டில் இருக்காது.

கே: தமிழ்நாடு சுதந்திரம் அடைந்த பின் வெளிநாட்டிலிருக்கும் தமிழர்களை விரட்டினால் என்ன செய்வது?

ப: வெளிநாட்டில் தமிழர்கள் இப்போது என்ன வேலை செய்து கொண்டிருக்கிறார்கள்? பம்பாயில் ஆயிரக்கணக்கான தமிழர்கள் 'பூட்ஸ்' துடைக்கும் இழிவான வேலையை அல்லவா செய்கிறார்கள்? தமிழ்நாடு சுதந்திரம் அடைந்தால் மற்றவர் கண்டு வியக்கும் வளமுடன் விளங்கும். அப்போது வெளிநாட்டவர்கள் பிழைப்பிற்காகத் தமிழ்நாட்டுக்கு ஓடிவரும் நிலைமை ஏற்படும்.

கே: சுதந்திரத் தமிழ்நாடு அமைந்தால் வட நாட்டிலிருக்கும் தமிழர்களை விரட்டியடிப்பார்களே என்ன செய்வது?

ப: தாயிடம் ஓடிவரும் பிள்ளைகளை யாரும் தடுக்க முடியாது. மேலும் அடிமையாகத் தமிழ்நாடு இருப்பதால்தான் வெளிநாடுகளில் தமிழர்களுக்கு இழிவு நேருகிறது. சுதந்திரத் தமிழ் அரசு அமைந்த பின் எல்லா வெளிநாடுகளிலும் தமிழர்கள் மரியாதையுடனும் பெருமையாகவும் நடத்தப்படுவார்கள். சுதந்திர அரசின் மக்களை எந்த வெளிநாடும் துன்புறுத்த முடியாது.

கே: சுதந்திரத் தமிழ்நாட்டில் பணக்காரர்கள் இருப்பார்களா?

ப: இருப்பார்கள், ஏழை என்று எவரும் இருக்க மாட்டார்கள். சொந்த மோட்டார் கார் வைத்துக்கொள்ளும் அளவு வசதி பெற்றதாக ஒவ்வொரு குடும்பமும் விளங்கும்.

கே: சுதந்திரத் தமிழ்நாட்டின் குடியரசுத் தலைவர் பதவியில் யார் இருப்பார்கள்?

ப: ஒரு தமிழ் மகன் வீற்றிருப்பான்.

கே:   பதவி ஆசை காரணமாகத்தான் நாம் - தமிழர் இயக்கத்தினர் சுதந்திரத் தமிழ்நாடு கேட்கிறார்கள் என்று தி.மு.கழகப் பேச்சாளர் ஒருவர் கூறினார். அது பற்றித் தங்கள் கருத்து என்ன?

ப: ஒரு அரசன் தனது மந்திரியை பார்த்து உண்மையான கடமை வீரன் யார் என்று கேட்டான். மந்திரி அதற்கு மாலையில் காட்டுகிறேன் என்று கூறினான்.

மாலையில் அரசனை அழைத்துக்கொண்டு ஊருக்கு வெளியில் உள்ள ஒரு குடிசைக்குச் சென்றான் மந்திரி.

அங்கு ஒரு கிழவன் மாங்கொட்டையை ஊன்றித் தண்ணீர் விட்டுக்கொண்டிருந்தான். அவனைப் பார்த்து "ஐயா! கிழவனாரே! இந்த மாங்கொட்டையை எதற்கு நடுகிறீர்?" என்று கேட்டான் மந்திரி.

"முளைத்து மரமாகிப் பழம் தரும் அல்லவா, அதற்காக" என்றான் கிழவன்.

"அதற்குள் நீ உயிரோடு இருக்க மாட்டாயே! உனக்குப் பயனில்லாத காரியத்தை நீ ஏன் செய்ய வேண்டும்?" என்று கேட்டான் மந்திரி.

"நமது முன்னோர்கள் நட்ட மரம் நமக்குப் பழம் கொடுத்தது. அதுபோல நான் இன்று நடுகிற மரம் நாளைய சந்ததிக்குப் பலன் கொடுக்கும். அதற்காகத்தான் நடுகிறேன்" என்று கிழவன் பதில் சொன்னான்.

கிழவன் சொன்ன பதிலைக் கேட்டதும் 'இவனே உண்மையான கடமை வீரன்' என்று அரசன் மகிழ்ந்து பாராட்டினான். தமிழ்நாட்டு விடுதலைக்கான விதையை இப்போதுதான் ஊன்றியுள்ளோம். இந்த விதையின் பலனை இன்றைக்கு இளைஞராய் இருப்பவர்கள்தான் அனுபவிப்பார்கள்.

வருங்கால சந்ததியாரின் நலனுக்காகப் பாடுபடுபவர்கள்! 'பதவி ஆசை' பிடித்தவர்களாக எப்படி இருக்க முடியும்?

கே:   நாம் தமிழர் இயக்க ஊழியர்களின் அன்றாட வேலைத் திட்டம் என்ன?

ப: வேலைத்திட்டம் கீழ்க்கண்டவாறு:

1. சுதந்திரத் தமிழ்நாடு லட்சியத்தைப் பரப்ப வேண்டும்.
2. தமிழ், தமிழன், தமிழ்நாடு ஆகியவற்றின் பெருமையைப் பரவச் செய்யவேண்டும்.
3. தமிழ் விளையாட்டுக்களை ஆதரிக்க வேண்டும்.
4. உணவு, நடை, உடை, பழக்க வழக்கம் ஆகிய அனைத்திலும் தமிழ்ப் பண்பாட்டையே கடைப்பிடிக்க வேண்டும்.
5. தமிழ்க்கொடி பத்திரிகையையும் இயக்க வெளியீடுகளையும் பெருமளவில் மக்களிடம் பரவச் செய்யவேண்டும்.
6. போராட்ட அழைப்பு வரும்போது வாய்ப்புள்ள அனைவரும் கலந்துகொள்ள வேண்டும் என்பன ஆகும்.

கே: மாணவர்கள் அரசியலில் ஈடுபடலாமா?

ப: விடுதலை என்பது அரசியல் அல்ல. உலக வரலாற்றில் மாணவர்கள், விடுதலை இயக்கங்களில் முன்நின்று போராடியிருப்பதைக் காணலாம்.

ஆப்பிரிக்க நாடுகளின் விடுதலை இயக்கத்திலும் இந்தியத் துணைக்கண்டத்தின் விடுதலைப் போராட்டத்திலும் மாணவர்கள் முழுப்பங்கு எடுத்துக்கொண்டார்கள்.

அதேபோல், தமிழ்நாட்டு விடுதலை இயக்கத்திலும் மாணவர்கள் முழுப்பங்கு ஏற்றுக்கொள்ள வேண்டும்.

கே: தமிழ்நாடு எப்போது விடுதலை அடையும்?

ப: விடுதலை அடையும் நாள் வெகு விரைவில் இருக்கிறது!

தமிழ்நாடு 600 ஆண்டுக்காலம் அடிமையாகவும் 600 ஆண்டுக்காலம் சுதந்திரமாகவும் இருந்திருக்கிறது.

கடைசியாக 1358ஆம் ஆண்டில் தமிழ் மக்கள் சுதந்திரத்தை இழந்தார்கள். தமிழர் படையை விசய நகரத்துத் தெலுங்கர் (திராவிடர்) படை வென்றது.

தமிழர்கள் அடிமையாக இருந்த கருப்புக்கால வட்டம் இப்போது முடிவடைந்துவிட்டது. இரவு முடிந்தபின்

சூரியன் தோன்றுவதைப்போல அடிமைக் கால வட்டம் முடிவடைந்துவிட்டதால் - தமிழ்நாடு சுதந்திரம் அடைந்தே தீரும். அதனைத் தடுத்து நிறுத்த முடியாது. தமிழ்நாடு விடுதலை அடைவது வரலாற்றின் கட்டாயம் ஆகும்.

திராவிடரும் திராவிடமும்

கே: திராவிடர்கள் யார்?

ப: திராவிடர்கள் என்போர் தெலுங்கர்கள்; தமிழர் அல்ல.

ஆந்திரம், கலிங்கம், தெலுங்கானம் ஆகிய மூன்று தெலுங்கு நாடுகளில் வாழ்ந்தவர்களான திரிவடுகர்களே திராவிடர்கள்.

கே: திராவிடர் என்ற சொல்லைத் தமிழர்களுக்குப் பயன்படுத்துவது பொருந்துமா?

ப: பொருந்தாது. 1875ஆம் ஆண்டிற்கு முன் ‘திராவிடர்’ என்ற சொல் தெலுங்கர்களை மட்டுமே குறித்து வந்தது. அந்த ஆண்டில் கால்டுவெல் என்ற வெள்ளைக்காரர், தான் எழுதிய புத்தகத்தில் அதுவரை ஆந்திரர்களை மட்டுமே குறிப்பிட்டு வந்த ‘திராவிடர்’ என்ற சொல்லைத் தமிழர்களைக் குறிப்பதற்கும் பயன்படுத்தப் போவதாகத் தெரிவித்து அதன்படியே எழுதினார்.

அவர் கையாண்டது தவறான கருத்து. ஏனென்றால், முன் காலத்தில் இருந்த மூன்று தெலுங்கு நாடுகளைத்தான் ‘திரிவடுகம்’ என்றும் ‘திராவிடம்’ என்றும் வடவர்கள் சொல்லி வந்தார்கள். திரிவடுகர் நாட்டிற்குத் தெற்கே வாழ்ந்து வந்த தமிழர்களுக்கு அந்தச் சொல் பொருந்தும் என்று கால்டுவெல் எழுதியது தவறான கண்ணோட்டம்.

அவரைப் பின்பற்றித் ‘தமிழர்கள்’ என்று குறிப்பதற்குத் ‘திராவிடர்’ என்ற சொல்லைப் பயன்படுத்தியதும் தவறாகும்.

தமிழன் தன்னைத் ‘திராவிடன்’ (அதாவது திரிவடுகன் அல்லது தெலுங்கன்) என்று சொல்வது இழிவாகும்.

'திராவிடன்' என்பது தமிழ்ச்சொல் அல்ல. வடவர்கள் தெலுங்கர்களுக்கு இட்ட பெயர் அது.

கே: 'கன்னடமும் களி தெலுங்கும் கவின் மலையாளமும் துளுவும்' தமிழிலிருந்து தோன்றியது என்று மனோன்மணீயம் சுந்தரம் பிள்ளை கூறி இருக்கிறாரே!

ப: உலகிலேயே பழமையான மொழி, தமிழ் மொழி. ஆகவே உலக மொழிகள் - லத்தீன், கிரீக் போன்ற ஐரோப்பிய மொழிகள் உட்பட அனைத்தும் தமிழிலிருந்து தோன்றியவைதான். ஆங்கிலம், பிரஞ்சு, ரஷ்ய மொழிகளில் தமிழ்ச் சொல்லை மூலமாகக் கொண்ட பல சொற்கள் இருக்கின்றன. அதற்காக ஆங்கிலம், பிரெஞ்சு போன்ற மொழிகளைப் பேசும் மக்களும் தமிழர்களும், ஒரே இனத்தவராகிவிட முடியுமா? அதுபோல ஆந்திரர், கன்னடியர், மலையாளி, வங்காளி, மராட்டியர் ஆகிய யாவரும் தமிழினத்தைச் சேர்ந்தவர்கள் என்று கூறிவிட முடியாது!

கே: திராவிடம் என்று பழந்தமிழ் இலக்கியத்தில் இருக்கிறதா?

ப: எந்தத் தமிழ் இலக்கியத்திலும் திராவிடம் என்ற சொல் கிடையவே கிடையாது. அந்தச் சொல்லை முதலில் பயன்படுத்திய கால்டுவெல் என்கிற வெள்ளைக்காரர் வடமொழியிலிருந்துதான் திராவிடம் என்ற சொல்லைக் கண்டுபிடித்ததாகக் கூறி இருக்கிறார்.

கே: பேராசிரியர் சுந்தரம் பிள்ளை 'திராவிட நற்றிருநாடு' என்று குறிப்பிட்டு இருக்கிறாரே!

ப: "தெலுங்கர்களைக் குறிக்கும் திராவிடம் என்ற சொல்லைத்தான், நான் கையாண்டேன்" என்று கால்டுவெல் என்னும் வெள்ளைக்காரர் எழுதியுள்ளார்.

சுந்தரம்பிள்ளை எழுதிய மனோன்மணீயம் இன்றைக்கு (ஏறத்தாழ) 70 ஆண்டுகளுக்கு முன் எழுதப்பட்டது.

கே: இன்றைய 'ஆந்திர' கன்னட மாநிலங்களில் முன்பு தமிழர்கள் வாழ்ந்து வந்ததாக வரலாறு கூறுகிறதே! அவர்களோடு சேர்ந்து வாழக்கூடாதா?

ப: *இரண்டாயிரம் ஆண்டுகளுக்கு முன்பேயே வடுகர், கருநாடகர் என்று தெலுங்கர்களும், கன்னடக்காரர்களும் தனித்தனி இனமாக இருந்து வந்துள்ளார்கள். இதற்குத் தமிழ் இலக்கியங்களில் சான்று இருக்கிறது.*

தமிழ் மன்னர்கள் பலர் நீண்டகாலம் ஆந்திர, கருநாடகப் பகுதிகளையும் அடக்கி ஆண்டிருக்கிறார்கள்.

இந்த ஒரு காரணத்தினால் அவர்களும் நாமும் ஒன்றாகிவிட முடியுமா?

கே: இலக்கியம், சரித்திரம் ஆகியவற்றில் கூறப்பட்டுள்ள திராவிட நாட்டைத் தாங்கள் மறுப்பது ஏன்?

ப: *தமிழ்ப் புலவர்கள் எழுதிய எந்த இலக்கியத்திலும் திராவிடன், திராவிட நாடு என்ற சொற்களே இல்லை. மிக அண்மைக் காலத்தில் அந்நியர்களால் எழுதப்பட்ட நூல்களில்தான் திராவிடம் என்ற சொல் காணப்படுகிறது.*

கே: அண்ணாதுரை கேட்கும் திராவிட நாட்டுக்கும், இப்போது இருக்கும் டெல்லி ஆட்சிக்கும் என்ன வேறுபாடு?

ப: *டெல்லி ஆட்சி 14 இனத்தவர்களின் கூட்டாட்சி. திராவிடநாடு என்பது 4 இனத்தவர்களின் கூட்டாட்சி.*

இரண்டிலும் தமிழ் மக்கள் நிலை சிறுபான்மையினர் (அடிமைகள்) என்பதுதான்.

கே: தெலுங்கு, மலையாளம், கன்னடம் ஆகிய மொழிகள் தமிழிலிருந்து பிரிந்த மொழிகள் அல்லவா? இந்த நான்கு மொழி பேசுபவர்களும் ஏன் இதன் வழி ஒன்றுபடக் கூடாது?

ப: *'கல்தோன்றி மண்தோன்றாக் காலத்தே வாளொடு முன் தோன்றிய' இனம் தமிழ் இனம். தமிழ்மொழிதான் உலகில் தோன்றிய முதல் மொழி. எனவே லத்தீன், ஆங்கிலம் போன்ற ஐரோப்பிய மொழிகள் உட்பட எல்லா மொழிகளுமே தமிழிலிருந்துதான் தோன்றியிருக்க வேண்டும். அதனால், உலகம் முழுவதும் ஒரே நாடாக இருக்க வேண்டும் என்று யாராவது கூறுவார்களா? ஒரு மொழி ஒரு நாடு என்பதுதான் உலக நீதி!*

கே: பெரியார், திராவிட நாடு வேண்டாம் என்று சொல்லிவிட்டதால் திராவிட நாடு அமைப்பதற்கான காரணங்கள் பொய்யாகிவிடுமா?

ப: பெரியாரே இதற்கு விளக்கம் சொல்லியிருக்கிறார். பெரியார் முன்பு கேட்ட 'திராவிட நாடு' தமிழர்கள் பெரும்பான்மையாகவும், மற்றவர்கள் சிறுபான்மையாகவும், இருப்பது.

அண்ணாதுரை கேட்கும் 'திராவிட நாடு' தமிழரல்லாதார் பெரும்பான்மையாகவும், தமிழர் சிறுபான்மையாகவும் இருப்பது.

சிறுபான்மைத் தன்மை என்பதும் அடிமைத்தனம் என்பதும் ஒன்றுதான்.

கே: தி.மு.கழகத்தினர் கேட்கிற திராவிட நாடு கிடைத்துவிட்டால் நீங்கள் என்ன செய்வீர்கள்?

ப: திராவிடக் கூட்டாட்சியில் இருந்து 'தமிழ்நாடு' விடுதலை அடைவதற்காகப் போராட்டம் நடத்துவோம்.

சில விளக்கங்கள்

கே: அரசியல் துறையில் அண்ணாதுரை அறிஞர் அல்ல என்று எப்படித் தாங்கள் கூறலாம்?'

ப: அண்மையில் இருக்கிற இலங்கையில் 60 லட்சம் சிங்களவரிடத்தில் 30 லட்சம் தமிழர்கள் சிக்கி அவதிப்படுவதற்குக் காரணம் தமிழர்கள் சிறுபான்மையாக இருப்பதுதான். தலைகளை எண்ணிப் பிரச்னைகளைத் தீர்க்கும் இந்த ஜனநாயகக் காலத்தில் சிறுபான்மைத்தன்மை என்பதும் அடிமைத்தனம் என்பதும் ஒன்றுதான்.

9 கோடி தமிழர் அல்லாதாரிடம், 5 கோடி தமிழ் மக்கள் அடிமையாக (சிறுபான்மையினராக) இருக்க வேண்டும் என்கிற திராவிட நாடு திட்டத்தைக் கூறுகிறவர்கள், எப்படி அரசியல் அறிஞராக முடியும்?

கே: கட்டபொம்மனை நீங்கள் ஏன் பாராட்டுவதில்லை?

ப: கட்டபொம்மன் தெலுங்கன். தமிழ்நாட்டின் ஒரு பகுதியை ஆட்சி செய்தவன். எட்டுத்தலைமுறைக்குப் பின்னும் கட்டபொம்மனுடைய சந்ததியார்கள் தங்கள் வீட்டில்

தெலுங்குதான் பேசுகிறார்கள். "தமிழ்நாட்டை ஆண்ட தெலுங்கன்" என்று கட்டபொம்மனைப் பாராட்டித் தெலுங்குப் புத்தகங்கள் வெளிவருகின்றன. கட்டபொம்மனைப் பாராட்டுகிறவர், கிளைவ் என்ற ஆங்கிலேயனையும் பாராட்ட வேண்டும். ஏனென்றால், கிளைவ் கட்டபொம்மனைப்போலத் தமிழ்நாட்டை ஆண்ட அந்நிய வீரன்.

கே: தமிழ் இலக்கியங்களில் எது சிறந்தது?

ப: ஆங்கிலப்புலவர் இயற்றிய எந்த இலக்கியத்தையும், எந்த ஆங்கிலேயனும் இழித்துப் பேசுவதில்லை. அதேபோலத் தமிழ்ப் புலவர்கள் இயற்றிய எல்லா இலக்கியங்களும் சிறந்ததுதான். தமிழர் நாகரிகத்தையும், பெருமையையும் சித்திரிக்கும் சிறந்த இலக்கியங்களாகத் தொல்காப்பியம், திருக்குறள், சிலப்பதிகாரம் போன்றவற்றைக் குறிப்பாகக் கூறலாம்.

கே: தமிழ்நாட்டில் துணிச்சலான அரசியல் தலைவர் யார்?

ப: ஈ.வே.ரா. பெரியாரைச் சொல்லலாம். திராவிட நாடு திட்டம் அவரே கண்டுபிடித்தது. ஆனால், திராவிட நாடு தமிழ் மக்களுக்குத் தீமையை விளைவிக்கக் கூடியது என்பதை உணர்ந்த உடன் 'திராவிட நாடு தற்கொலை நாடு' என்று துணிவோடு கூறிவிட்டார். அந்தத் துணிச்சல் மற்றவர்களுக்கு இன்னும் ஏற்படவில்லை.

கே: நாம் - தமிழர் என்று கூறும்போதே தனியாக ஆதி - தமிழர் என்று சிலரை அழைப்பது ஏன்?

ப: திராவிடர் என்பது (திரி - வடுகர்களை) தெலுங்கர்களைக் குறிக்கும் சொல். அரிசன் என்பது 'நாராயணன் மக்கள்' என்பதைக் குறிக்கும் வடசொல். தமிழ்மொழி பேசும் தமிழர்களை அந்நியப் பெயரிட்டு அழைப்பது தவறு.

அரசாங்க வசதிகளைப் பெறுவதற்காகத் தனியே குறிப்பிட வேண்டிய அவசியம் நேரும்போது ஆதி தமிழர்கள் என்றே குறிப்பிட வேண்டும். மற்றப்படி எப்போதும் தமிழர் என்ற சொல்லையே தமிழ் பேசும் எல்லோருக்கும் பயன்படுத்த வேண்டும்.

கே: சடுகுடு விளையாட்டின் மூலம் சுதந்திரம் கிடைக்குமா?

ப: சடுகுடு ஆட்டம் போர்ப் பயிற்சி நிரம்பிய ஆட்டம்.

போர்க்களத்தில் எதிரி எந்தப் பக்கம் வருவான் என்று கண்கள் பார்த்துக்கொண்டே இருக்கும். அதுபோலச் சடுகுடு ஆட்டத்திலேயும், மூச்சுப்பிடித்து ஆடும்போது எதிரி நம்மைப் பிடிக்க வருகிறானா என்று கண் பார்த்துக்கொண்டே இருக்கும்.

தாக்க வரும் எதிரியைத் தோல்வி அடையச் செய்வதால் சடுகுடு ஆட்டத்தின் மூலம் போர்ப் பயிற்சியும், வீர உணர்ச்சியும் ஏற்படுகின்றன. நாட்டு விடுதலைக்கு இந்த இரண்டும் அவசியமானவை ஆகும்.

கே: தாங்கள் வெளிநாடு சென்று படித்ததனால் பெற்ற பயன் என்ன?

ப: எந்த நாட்டையும்விடத் தமிழ்நாடே சிறந்தது. எந்த மொழியையும்விடத் தமிழ்மொழியே சிறந்தது என்பதை நேரில் கண்டு அறிந்துகொண்டேன்.

கே: சுதந்திரத் தமிழ்நாட்டின் குடியரசுத் தலைவர் பதவிக்குத் தாங்கள் போட்டியிடுவீர்களா?

ப: சுதந்திரத் தமிழ்நாடு இயக்கத்திற்கான விதையைத்தான் இப்போது ஊன்றியிருக்கிறோம். விதை முளைவிட்டு வளர்ந்து பழுப்பதற்கு எவ்வளவு ஆண்டுகள் பிடிக்குமோ? மரம் பழுத்து, கனி கொடுக்கும்போது நான் இருப்பேன் என்று எப்படிக் கூறமுடியும்? இப்போது இளைஞர்களாக இருப்பவர்கள்தான் சுதந்திரத் தமிழ்நாட்டின் பலனை அடைவார்கள்.

கே: தாங்கள் அடுத்து நடத்தவிருக்கும் போராட்டம் என்ன?

ப: போராட்டம் அன்றாடம் நடைபெறுகிற நிகழ்ச்சி அல்ல. தவிர்க்க முடியாத நிலை ஏற்படும்போதும், அவசியம் நேரும்போதும் நாம் தமிழர் இயக்கம் போராட்டத்தில் ஈடுபடும். போராட்டம் என்பது முன் அறிவிப்பின்றி வரக்கூடியது.

அன்றாடம் நடைபெற வேண்டியது லட்சியப் பிரச்சாரம். தமிழ், தமிழன், தமிழ்நாடு என்பவை பற்றிப் பெருமை

கொள்ளவேண்டும். தமிழின் சிறப்புப் பற்றி அன்றாடம் பேசவேண்டும். தமிழ்க்கலை ஆட்டத்தையே ஆதரிக்க வேண்டும். தமிழ்நாட்டு மரபுக்கு ஒத்த உணவையே உண்ணவேண்டும். தமிழ்ப் பண்பாட்டோடு இருக்க வேண்டும்.

தமிழருக்கு வீர உணர்ச்சியையும், சுதந்திரத் தமிழ்நாடு வேண்டும் என்று ஊக்கத்தையும் ஏற்படுத்த வேண்டும். தமிழ் வாழ்க்கை வாழுமாறு மக்களைத் தூண்டவேண்டும்.

கே: தாங்கள் இறுதிவரை 'நாம் - தமிழர்' இயக்கத்தை நடத்து வீர்களா?

ப: நாம் - தமிழர் இயக்கத்தை நான் நடத்துகிறேன் என்பது தவறு: நான் ஆதரிக்கிறேன் என்பதுதான் சரி.

என் காலமுள்ளவரை நான் ஆதரிப்பதோடு மட்டுமின்றி, என் காலத்துக்குப் பிறகும் வீரத்தமிழ் மக்கள் மனத்தில் நாம் தமிழர் இயக்கம் நிலைத்து இருக்கும்.

ஆதித்தனாரின் வாழ்க்கைப் பாதை

1905 சி.பா.ஆதித்தனார் என்னும் சி.பாலசுப்பிரமணிய ஆதித்தனார் பிறந்தார்.

பிறந்தநாள் : செப்டம்பர் 27

பெற்றோர் : திரு. சிவந்தி ஆதித்தன்
திருமதி. கனகம் அம்மையார்

1909 திருவைகுண்டத்தில் உள்ள காரனேசன் உயர்நிலைப் பள்ளியில் சேர்க்கப்பட்டார்.

1914 ஆறாம் வகுப்புப் படிக்கும்போது தமிழ் அல்லது வடமொழியைப் படிக்கலாம். ஆதித்தனாரின் வீட்டில் உள்ளோர் வடமொழியைப் படிக்க வற்புறுத்தினார்கள். ஆதித்தனாரோ தமிழ்தான் படிப்பேன் என்று படித்தார்.

1919 போதிய வயது ஆகவில்லை என்று பதினோராம் வகுப்புத் தேர்வு எழுத அனுமதிக்கவில்லை.

1920 பதினோரம் வகுப்பில் (எஸ்.எஸ்.எல்.சி.) தேர்ச்சி.

1925 திருச்சியில் உள்ள புனித ஜோசப் கல்லூரியில் படித்து இயற்பியலில் பி.ஏ., பட்டம் பெற்றார்.

1927 திருச்சியில் உள்ள புனித ஜோசப் கல்லூரியில் இயற்பியலில் எம்.ஏ., பட்டம் பெற்றார்.

1928 பாரிஸ்டர் படிப்புக்காக இலண்டனுக்குச் சென்றார்.

1933 பாரிஸ்டர் பட்டம் பெற்றார்.

1933	செப்டம்பர் முதல்நாள் கோவிந்தம்மாளைச் சிங்கப்பூரில் திருமணம் புரிந்தார்.
1942	ஏப்ரல் நான்காம் நாள் சிங்கப்பூரிலிருந்து தமிழ்நாட்டுக்கு வந்து சேர்ந்தார்.
	ஜூலை மாதத்தில் 'மதுரை முரசு' என்னும் வாரம் இருமுறை வெளிவந்த செய்தித்தாளைத் தொடங்கினார்.
	ஆகஸ்ட் மாதம் 23ஆம் நாள் 'தமிழன்' வார இதழைத் தொடங்கினார்.
	நவம்பர் முதல்நாள் 'தந்தி' நாளிதழை மதுரையில் தொடங்கினார்.
	'நாம் - தமிழர்' இயக்கம் தொடங்கினார்.
1943	சென்னை, சிந்தாதிரிப்பேட்டையில் 'தந்தி' நாளிதழின் சென்னைப் பதிப்புத் தொடக்கம்.
1947	சட்ட மேலவை உறுப்பினர்.
1948	'தந்தி' நாளிதழ் 'தினத்தந்தி' எனப் பெயர் பெற்றது. நாளிதழ் அலுவலகம் மயிலாப்பூரில் இருந்தது.
1952	ஐக்கிய முன்னணியின் செயலாளர்.
	சட்டப் பேரவை உறுப்பினர்.
1953	உலக அமைதி மாநாட்டில் பங்கேற்க வியன்னாவுக்குச் சென்றார்.
	சுபாஷ் சந்திர போசின் மனைவி, மகள் அனிதா ஆகியோரைச் சந்தித்தார்.
	ரஷியா முதலான நாடுகளுக்குச் சென்றார்.
1954	பனை வரியை எதிர்த்துப் போராட்டம் நடத்தினார்.
1955	மாத்தூரில் உழவர் போராட்டத்தை நடத்தினார். இதில் கைவிலங்கிடப்பட்டுச் சிறைக்கு அழைத்துச் செல்லப்பட்டார்.
1956	ஏப்ரல், மே, ஜூன் ஆகிய மூன்று மாதங்கள் அமெரிக்கா, ஜப்பான், இந்தோனேசியா முதலான நாடுகளில் சுற்றுப் பயணம் மேற்கொண்டார்.

1957	சாத்தான்குளம் தொகுதியில் தேர்ந்தெடுக்கப்பட்டுச் சட்டப்பேரவை உறுப்பினர் ஆனார்.
	மீண்டும் 'நாம் - தமிழர்' இயக்கத்தைத் தொடங்கினார்.
	மருத்துவமனைத் தொழிலாளர் சங்கத் தலைவரானார்.
1958	பிப்ரவரி ஒன்பதாம் நாள் பாரதிதாசன் தலைமையில் 'நாம் - தமிழர்' இயக்கக் கூட்டம் நடைபெற்றது.
	ஜூலை மாதம் ஆறாம் நாள் மன்னார்குடியில் 'நாம் - தமிழர்' இயக்க மாநாடு நடைபெற்றது.
1959	ஜூலை பன்னிரண்டாம் நாள் நெல்லையில் மாலை முரசு தொடங்கப்பட்டது.
	ஆகஸ்ட் பத்தாம் நாள் சென்னையில் 'நாம் - தமிழர்' இயக்க மாநாடு நடைபெற்றது.
	தினத்தந்தி அலுவலகம் மவுண்ட் ரோட்டுக்கு (அண்ணா சாலைக்கு) மாற்றப்பட்டது.
1960	ஜூன் ஐந்தாம் நாள் இந்திய தேசப்படத்தில் தமிழ்நாடு நீங்கலாக உள்ள பகுதிகளை எரிக்கும் 'பட எரிப்புப் போராட்டம்' நடைபெற்றது. அதில் ஆதித்தனார் கைது செய்யப்பட்டார்.
	இந்தி எதிர்ப்புப் போராட்டத்தின் ஒரு பகுதியாக குடியரசுத்தலைவர் இராசேந்திர பிரசாத்துக்குக் கறுப்புக்கொடி காட்டும் போராட்டத்தில் கைது செய்யப்பட்டார்.
	தினத்தந்தி நாளிதழ் எழும்பூருக்கு (தற்போதைய இடம்) மாற்றப்பட்டது.
1961	சி.பா.ஆதித்தனார், தமது இளைய மகன் திரு.பா.சிவந்தி ஆதித்தனாரிடம் தினத்தந்தி நிர்வாகத்தை ஒப்படைத்தார்.
1962	மே மாதம் பதின்மூன்றாம் நாள் 'வாராந்தரி ராணி' தொடங்கப்பட்டது.
	திருநெல்வேலிக்கு அருகில் உள்ள அரிய நாயகிபுரத்தில் 'சன் காகித ஆலை' தொடங்கப்பட்டது.
1964	சட்ட மேலவை உறுப்பினர் ஆனார்.

1965	இந்தி எதிர்ப்புப் போராட்டத்தில் கைது செய்யப்பட்டார்.
1967	திருவைகுண்டம் தொகுதியில் வெற்றி பெற்றுச் சட்டப்பேரவை உறுப்பினர் ஆகி, சட்டப்பேரவைத் தலைவர் தேர்தலில் வெற்றி பெற்று பேரவைத் தலைவர் ஆனார்.
	தினத்தந்திக்கு 'வெள்ளிவிழா' கொண்டாடப்பட்டது.
1968	சனவரி இருபத்து மூன்றாம் நாள் சட்டப்பேரவையில் இந்தி ஒழிப்புத் தீர்மானத்தை நிறைவேற்றினார்.
	தென்காசி இடைத்தேர்தலில் தேர்தல் பணியாற்றியதால் சட்டப்பேரவைத் தலைவர் பதவியிலிருந்து ஆகஸ்ட் பன்னிரண்டாம் நாள் விலகினார்.
1969	சனவரி மாதம் முதல் நாள் 'ராணி முத்து' இதழ் தொடங்கப்பட்டது.
	பிப்ரவரி பதின்மூன்றாம் நாள் கூட்டுறவுத்துறை அமைச்சர் ஆனார்.
1970	கன்னியாகுமரி மாவட்டக் கூட்டுறவுச் சங்கங்களுக்கு நிதி வழங்கும் விழா ஜூன் எட்டாம் நாள் நடைபெற்றது. கூட்டுறவுத்துறை அமைச்சர் சி.பா.ஆதித்தனார் அதில் புதுமை அரிசி ஆலைத்திட்டத்தை அறிவித்தார்.
1971	மீண்டும் சட்டப்பேரவை உறுப்பினர் ஆனார்.
1973	வேளாண்துறை அமைச்சர் ஆனார்.
1977	டிசம்பர் பதினைந்தாம் நாள் 'மாலைமலர்' இதழ் திரு.பா.சிவந்தி ஆதித்தனாரால் தொடங்கப்பட்டது.
1981	மே மாதம் 21ஆம் நாள் உயிரைத் தமிழுக்குக் கொடுத்த ஆதித்தனார் தமது உடலை மண்ணுக்கு ஈந்தார்.
1984	ஜூலை முதல் நாள் திரு.பா.சிவந்தி ஆதித்தனாரால் 'ராணி காமிக்ஸ்' தொடங்கப்பட்டது.
2005	சி.பா.ஆதித்தனார் நூற்றாண்டு.

நேர்காணல்கள்

தமிழ்வாணன் - சி.பா.ஆதித்தனார் - நேர்காணல்
நாள் : 31.08.1961

முகிலை இராசபாண்டியன், சி.தையல்பாக
ஆதித்தனார் - நேர்காணல்
நாள் : 10.10.1989

முகிலை இராசபாண்டியன், அ.மா.சாமி - நேர்காணல்
நாள் : 25.05.1990

தமிழ்வாணன்,
சி.பா.ஆதித்தனார் – நேர்காணல்

நாள் : 31.08.1961

"தமிழ்நாட்டுத் தலைவர்களிலே நீங்கள்தான் மிக உயரமானவர்" என்று ஆதித்தனாரிடம் நான் (தமிழ்வாணன்) சொன்னேன்.

"தாமிரவருணி ஆற்றுக்குத் தெற்கே கட்டபொம்மனின் ஆதிக்கம் பரவவிடாது எதிர்த்துத் தடுத்த ஆதித்தன் பரம்பரையில் எட்டாவதாக வந்தவன் நான். அதனால்தான் மிக உயரமாக வளர்ந்திருக்கிறேன்" என்று சொன்னார் தலைவர் ஆதித்தனார்.

பாரதத்திலேயே வெள்ளையரை முதன்முதல்
எதிர்த்த பழம்பெரும் தலைவன் புலித்தேவனின்
உயரம் ஆறடி - தமிழ்த் தலைவர் ஆதித்தனாரும் ஆறடி.

ஆதித்தனார், மண்குடிசையில் வாழும் ஓர் ஏழைத்
தமிழன் போல இருக்கிறார். முன்பு சி.பா.ஆதித்தன்
எப்படி இருந்தார் என்பது எனக்குத் தெரியாது.

ஆனால், தமிழர்தலைவர் ஆதித்தனார் இப்போது இப்படி இருக்கிறார்.

மிகச்சாதாரண துணியில் தைக்கப்பட்ட தொழதொழ ஜிப்பா. மிக மலிவான விலையுள்ள நாலுமுள கைத்தறி வேட்டி - கையில் சாதாரண குமாஸ்தா கட்டிக்கொள்ளும் மலிவானக் கடிகாரம் - தாடையிலே வெண்மையும் கருமையும் கலந்த விடுதலை வீரனின் குறுந்தாடி. தலையிலே வரலாறு காண விழையும் வழுக்கை. நினைவிலே தனித்த தமிழ்நாடு. நெஞ்சிலே தமிழர் முன்னேற்றம் - வாயிலே தமிழ். கண்களிலே கனிவு. இவரே இன்றைய ஆதித்தனார்.

தமிழ்வாணன்: 'சுதந்திரத் தமிழ்நாடு' என்ற எண்ணம் எப்படி ஐயா உங்களுக்கு உண்டாயிற்று?

ஆதித்தனார் : ஒரு மொழிக்கு ஒரு நாடு என்பதுதான் இயற்கை; பொருத்தம். ஒரு தலைக்கு ஒரு வீடு என்பதுதான் தமிழர் வரலாறு. ஒரு மொழிக்கு ஒரு நாடு; ஒரு தலைக்கு ஒரு வீடு என்பதுதான் மனித இனத்துக்குப் பொருத்தமான அரசியல் அமைப்பு. ஒரு குருவியின் வீட்டிலே வந்து மற்றொரு புலி குட்டிப்போடுவதில்லையே! இயற்கை இது. இதனால், தமிழர்களுக்குத் தனி நாடு - அது தமிழ்நாடு என்பது என் எண்ணத்திலே ஊறிவிட்டது. இங்கிலாந்து, பிரான்சு, ஸ்பெயின், இத்தாலி போன்ற நாடுகளையெல்லாம் பார்த்தேன் - அவைகளெல்லாம் ஒரு மொழிக்கு ஒரு நாடு என்ற அடிப்படையில்தானே அமைந்திருக்கின்றன!

தமிழ்: இயக்கத்திற்கு 'நாம் - தமிழர்' என்று ஏன் ஐயா பெயர் வைத்தீர்கள்?

ஆதி: உலகத்தில் எனக்குப் பிடித்த தலைவர் டிவேலரா; ஐரிஷ் நாட்டு மக்களின் விடுதலைக்காகப் பாடுபட்ட இந்த ஐரிஷ் நாட்டுத்தலைவரை என் இதயம் என்றும் மறக்காது. அவர் 'நாம் ஐரிஷ் மக்கள்' என்ற பெயரில் ஓர் இயக்கத்தைக் தொடங்கி, அயர்லாந்தை ஒரு சுதந்திர நாடாக்கிவிட்டார். 'நாம் ஐரிஷ் மக்கள்' என்பதற்கு ஐரிஷ் மொழியில் 'சின்பின்' என்று பெயர். இதுதான் அவர்களுடைய இயக்கத்தின் பெயராக இருந்தது. இதைப்போல, 'நாம் தமிழ் மக்கள்' என்ற அடிப்படையில் 'நாம் தமிழர்' இயக்கம் உருவாயிற்று.

தமிழ்: மாணவர்கள் அரசியலில் கலந்துகொள்வதை நீங்கள் ஆதரிக்கிறீர்களா?

ஆதி: முழுமையாக ஆதரிக்கிறேன். மாணவர்கள் கலந்து கொள்ளாமல் விடுதலை இயக்கம் நடந்ததாக எந்த நாட்டு வரலாற்றிலும் கிடையாதே!

தமிழ்: சுதந்திரத் தமிழ்நாடு உங்கள் காலத்திலேயே கிடைத்துவிடும் என்று நீங்கள் நம்புகிறீர்களா?

ஆதி: என் வாழ்நாளில் சுதந்திரத் தமிழ்நாடு கிடைக்குமா, கிடைக்காதா என்று நான் கவலைப்படவில்லை. என்

வாழ்நாளில் சுதந்திரத் தமிழ்நாடு என்ற விதையை முறையுடன் ஊன்றிவிட்டேன். இதுபோதும் எனக்கு. இனி இந்த விதை செடியாகி, மரமாகி, தமிழர்களுக்குத் தவறாது பலன் தந்தே தீரும்.

தமிழ்: **நீங்கள் பார் - அட் - லா படித்தீர்களே. அதைப் பயன்படுத்தாமல் விட்டுவிட்டீர்களே !**

ஆதி: *யார் சொன்னது? சிங்கப்பூரில் எட்டு ஆண்டுகள் பார் - அட் - லா தொழில் செய்தேன். இங்கு வந்தபின், எனக்கு அந்தத் தொழில் பிடிக்காது போய்விட்டது. அதனால்தான் எனக்குப் பிடித்த தொழிலான பத்திரிகைத் தொழிலைத் தொடங்கினேன்.*

தமிழ்: **நீங்கள் ஏன் தாடி வளர்க்கிறீர்கள் ?**

ஆதி: *நான் வளர்க்கவில்லை. அதுவாக வளர்கிறது. சுதந்திரப் போராட்டத்துக்காக என்னை முழுக்க நான் அர்ப்பணித்து விட்டதால், அலங்காரத்திலும் முகக்கவர்ச்சியிலும் என் உள்ளம் செல்லவில்லை. அதனால் தாடி வளர்ந்துவிட்டுப் போகட்டும் என்று விட்டுவிட்டேன்.*

தமிழ்: **உங்களுக்குப் பிடித்த அகில இந்தியத் தலைவர் யார்?**

ஆதி: *என்னைப் பொறுத்த அளவில், மிக மேலான ஓர் இந்தியத் தலைவரைவிட மிகத்தாழ்ந்த நிலையில் இருக்கும் ஒரு தமிழனே உயர்ந்தவன். இது நேருவுக்கும் பொருந்தக்கூடியதே!*

தமிழ்: **அரசியலில் கலைஞர்கள் பங்கு கொள்வதை நீங்கள் விரும்புகிறீர்களா?**

ஆதி: *விரும்புகிறேன். கலைத்துறையையும், அதில் பங்குகொள்ளும் கலைஞர்களையும் நான் ஆதரித்தே வந்திருக்கிறேன். கலைத்துறையும், கலைஞர்களும் தமிழுக்காக, தமிழர் நலனுக்காகப் பாடுபட வேண்டும்.*

தமிழ்: **'நாம் - தமிழர்' என்ற பாட்டை நான் கேட்டதில்லை. நீங்கள் பாடுங்கள்; நாங்கள் கேட்கிறோம்.**

தலைவர் ஆதித்தனார் கம்பீரமாகப் பாடினார். ஆறடி உயரமுள்ள அவர் இந்தப் பாட்டை எழுந்து நின்று

பாடியபோது அமைதியாகத் தூங்கும் மனமும் ஆவேசங்கொண்டு எழும்.

ஆதி: நான் பாடி முடித்துவிட்டேன், நீங்கள் பாடுங்கள் பார்ப்போம்.

எழுந்தேன் - நின்றேன் - பாடினேன்.

நான் பாடி முடித்ததும், தலைவர் எழுந்து அப்படியே என்னை இறுகத் தழுவிக்கொண்டார். அவர் கண்களில் கண்ணீர் நிறைந்திருந்தது. தமிழர்களைப் பற்றி யார் பாடினாலும், உணர்ச்சிவசப்பட்டுத் தன்னையே மறந்தவராகிவிடுகிறார், தலைவர்.

முகிலை இராசபாண்டியன், சி. தையல்பாக ஆதித்தனார் நேர்காணல்

நாள் : 10.10.1999

1. **சி.பா.ஆதித்தனாரின் இளமைப் பருவம் குறித்துச் சொல்லமுடியுமா?**

சொல்லலாம், இளமையிலேயே ஆதித்தனார் மிகவும் கவனமாகப் படிப்பார். ஒருமுறை பள்ளியில் நன்றாகப் படிக்காத மாணவன் ஒருவனின் முகத்தில் ஆதித்தனாரைக் காறி உமிழச் சொன்னார் ஆசிரியர். ஆதித்தனாரும் காறி உமிழ்ந்துவிட்டார். அது பெரிய பரபரப்பை ஏற்படுத்திவிட்டது.

2. **ஆதித்தனாருக்குத் தமிழ்ப்பற்று இளமையில் இருந்ததற்கான நிகழ்ச்சி ஏதாவது உண்டா?**

ஆமாம், உண்டு. நானும் ஆதித்தனாரும் முதல் பாரத்தில் சேருவதற்காகத் திருநெல்வேலி இந்துக் கல்லூரிக்குப் போனோம். அப்போது ஒவ்வொருவரும் ஒவ்வொரு விருப்பப் பாடம் எடுத்துப் படிக்கலாம். நான் சமஸ்கிருதத்தைப் படித்தேன். வீட்டில் உள்ளவர்கள் அனைவரும் ஆதித்தனாரையும் சமஸ்கிருதம் படிக்கச் சொன்னார்கள். ஆதித்தனார் பிடிவாதமாக மறுத்துத் தமிழ்தான் படிப்பேன் என்று தமிழ்படித்தார்.

3. **ஆதித்தனாரின் கல்லூரிக் கல்வியைப்பற்றி...**

ஆதித்தனார் புனித ஜோசப் கல்லூரியில் பி.ஏ., படித்தார். படிக்கும்போது ஆங்கில இலக்கியக் கழகத்தலைவராக இருந்து ஜூலியஸ் சீசர் நாடகத்தை நடத்தினார்.

ஓய்வு நேரங்களில் பழைய புத்தகக் கடைக்குச் சென்று புத்தகங்கள் படிப்பார்.

அதே கல்லூரியில் எம்.ஏ.,யும் படித்தார். இயற்பியல் படித்தார். அந்தக் காலத்தில் விஞ்ஞானப் பாடத்தையும் பி.ஏ., எம்.ஏ., என்றுதான் சொல்வார்கள்.

4. **ஆதித்தனார் படிக்கும்போதே தொழில் செய்ததாக அறிந்தேன், அது பற்றி..**

ஆமாம். அவர், கல்லூரியில் படிக்கும்போதே பல நூல்களை வெளியிட்டார். சோப்புச் செய்வது எப்படி? மெழுகுத்திரி செய்வது எப்படி? மை செய்வது எப்படி? என்ற நூல்களை அச்சிட்டு வெளியிட்டார். அதற்காக ஓர் அச்சகமும் நடத்தினார். அப்போது அவருக்கு வந்த வருமானம் ஒரு நடுத்தரக் குடும்பத்திற்குப் போதுமானதாக இருந்தது.

5. **ஆதித்தனாருக்குச் சட்டப் படிப்பில் எவ்வாறு ஆர்வம் வந்தது?**

தந்தையார் ஸ்ரீவைகுண்டத்தில் வழக்கறிஞராகப் பணியாற்றினார். நானும் வழக்கறிஞராக விரும்பினேன். ஆதித்தனாரும் வழக்கறிஞருக்குப் படித்தாரேயொழிய அவருக்கு அதில் பெரிய ஆர்வம் எதுவும் இல்லை.

6. **உங்கள் குடும்ப வருமானம் படிப்புக்குப் போதுமானதாக இருந்ததா?**

எங்கள் தந்தையாரின் வருமானம் குடும்பச் செலவுக்குப் போதுமானதாக இருந்தது. இலண்டன் சென்று படிக்கும் அளவிற்கு வசதி இல்லை.

7. **பின்னர் எப்படி ஆதித்தனாரால் இலண்டனில் சென்று படிக்க முடிந்தது?**

இலண்டனில் படித்தவேளையில் ஆதித்தனார் வீட்டிற்குப் பணம் கேட்டு எழுதியதே கிடையாது. அந்நாளில் இந்தியப் பத்திரிகைகளும், ஆப்பிரிக்க இதழ்களும் ‘லண்டன் லெட்டர்’ என்ற பகுதியைப் பிரசுரித்தன.

ஆதித்தனார் இலண்டனில் இருந்தவாறே சுதேசமித்திரனுக்கும், சில ஆப்பிரிக்க இதழ்களுக்கும் ‘லண்டன் லெட்டர்’ எழுதிச் சம்பாதித்தார்.

8. ஆதித்தனார் இலண்டனில் எங்குத் தங்கியிருந்தார்?

ஆதித்தனார் இலண்டனில் எங்மேன் கிறிஸ்டியன் அசோசியஷனில் தங்கியிருந்தார். இலண்டனில் இருக்கும்போதும் சரி அதற்குப் பிறகும் சரி ஆதித்தனார் மது அருந்தியதே கிடையாது.

9. ஆதித்தனாரின் திருமணம் எப்போது நடைபெற்றது?

ஆதித்தனாரின் திருமணம் சிங்கப்பூரில் நடைபெற்றது. அங்குச் செல்வச் சிறப்போடு வாழ்ந்த ஓ.இராமசாமி நாடாரின் மகள் கோவிந்தம்மாளைத் திருமணம் செய்துகொண்டார். இந்தத் திருமணம் வரதட்சணை இல்லாமல் நடைபெற்றது.

10. ஆதித்தனார் சிங்கப்பூரில் வழக்கறிஞராகப் பணியாற்றியதுபற்றி...

இலண்டனில் பாரிஸ்டர் பட்டம் பெற்ற ஆதித்தனார் சென்னை உயர்நீதிமன்றத்தில் வக்கீலாகப் பதிவு செய்துகொண்டார். வக்கீலாகப் பதிவு செய்திருந்தாலும் அவர் ஒருநாள்கூடக் கோர்ட்டுக்குப் போனதில்லை. இவ்வேளையில் ஆதித்தனார் ஒரு பத்திரிகை தொடங்க விரும்பி மாமனாரிடம் பணம் கேட்டார். சிங்கப்பூரில் பாரிஸ்டர்களுக்கு நல்ல மதிப்பு இருக்கிறது. நீங்கள் சிங்கப்பூரில் வழக்கறிஞராகப் பணியாற்றி, அந்தப் பணத்தில் பத்திரிகை தொடங்கலாமே என்றார். உடனே சிங்கப்பூருக்குப் பயணமானார். சிங்கப்பூர் செல்லப் பணம் இல்லாததால் அவரது அண்ணியாரின் நகையை வாங்கி, விற்று அந்தப் பணத்தில் சென்றார். சிங்கப்பூர் சென்றவுடன் சம்பாதித்து அண்ணியாருக்கு நகை வாங்கப் பணம் அனுப்பி வைத்தார்.

சிங்கப்பூரில் ஆதித்தனாருக்கு வந்த வழக்குகளைப்போல் வேறு யாருக்கும் வரவில்லை.

11. ஆதித்தனார் ஏன் சிங்கப்பூரை விட்டு வந்தார்?

இரண்டாம் உலகப்போரின் போது சிங்கப்பூரில் இருந்த இந்தியர் அனைவரும் வெளியேறினர். ஆதித்தனார் உடனே தமிழ்நாட்டுக்குத் திரும்ப விரும்பவில்லை. எப்போது எந்த இடத்தில் குண்டு விழுமோ என்று மக்கள் பயந்தனர்.

எனவே, தமது மாமனார் குடும்பத்துடன் மனைவி, மக்களைத் தமிழ்நாட்டுக்கு அனுப்பி வைத்தார்.

தாமும் தமிழ்நாடு திரும்புவதா, வேண்டாமா? என்று சிந்தித்தார். அவரால் ஒரு முடிவுக்கு வர இயலவில்லை. திருவுளச் சீட்டுப் போட்டுப் பார்த்தார். அதில் தமிழ்நாட்டுக்குப் போ என்றிருந்தது. உடனே தமிழ்நாடு திரும்ப எண்ணிப் புறப்பட்டார் வழியில் பல இன்னல்களை அடைந்து இலங்கை சென்று தமிழ்நாடு திரும்பினார். இந்த நிகழ்ச்சிகளை எல்லாம் ராணி ஆசிரியர், 'அமைச்சர் ஆதித்தனார்' என்ற புத்தகமாக வெளியிட்டுள்ளார்.

12. 'அமைச்சர் ஆதித்தனார்' என்ற அந்த நூல் தங்களிடம் உள்ளதா?

இல்லை, அது ரொம்பப் பழைய நூல். ராணி அலுவலத்திலேயே கிடைக்கும்.

13. தமிழர்களுக்குத் தொண்டாற்ற வேண்டும் என்ற எண்ணம் ஆதித்தனாருக்கு எப்போது தோன்றியது?

ஆதித்தனாருக்குச் சிறு வயது முதற்கொண்டே தமிழ்ப்பற்று இருந்தது. என்றாலும் இந்தோனேசியாவில் இருக்கும் போதுதான் தமிழர்களுக்கு என்று ஒரு தனிநாடு வேண்டும் என்று சிந்தித்தார்.

சிங்கப்பூரில் இருந்து புறப்பட்ட ஆதித்தனார் ஜப்பானின் குண்டுவீச்சுக்குப் பயந்து இந்தோனேசியா சென்றார். அங்கு, சலூன் வைத்திருந்த ஒரு தமிழர் ஆதித்தனாருக்கு ஆதரவு கொடுத்தார். அங்கே, குண்டு வீச்சுக்குப் பயந்து ஓர் உலர்ந்த சாக்கடையில் பதுங்கியிருக்கும் போதுதான் சிந்தித்தார். 'தமிழன் இவ்வாறெல்லாம் பல நாடுகளுக்குச் சென்று பசியோடும் பட்டினியோடும் அடிமையாய் வாடுகிறானே' என்று வருந்தினார். இந்நிலை மாற எது வழி என்று சிந்தித்தார். தமிழ்நாடு தனிநாடு ஆவது ஒன்றேதான் வழி என்று முடிவெடுத்துக்கொண்டார்.

சென்னை திரும்பிய ஆதித்தனார், காங்கிரஸ் எதிர்ப்பு அணியில் செயல்பட்டார்.

14. ஆதித்தனாருக்கு இதழியலில் எப்படி ஆர்வம் ஏற்பட்டது?

ஆதித்தனாருக்கு எம்.ஏ., படித்து முடித்த உடனேயே செய்தித்தாளில் ஆர்வம் ஏற்பட்டது. நான், வரதராஜுலு

நாயுடு ஆசிரியராக இருந்த 'தமிழ்நாடு' இதழில் பணியாற்றி வந்தேன். அதிலும், சுதேசமித்திரனிலும் வேறு பல பத்திரிகைகளிலும் கார்ட்டூன்கள் போட்டேன். அதைப் பார்த்த ஆதித்தனாருக்கும் இதழ் தொடங்க ஆர்வம் ஏற்பட்டது.

அவர் வேடிக்கையாகச் சொல்வார். "எனக்கு இதழியலில் ஆர்வம் ஊட்டிய அண்ணன், இதழியலை விட்டுவிட்டார்; நான் பிடித்துக்கொண்டேன்" என்பார்.

15. ஆதித்தனார் தொடங்கிய இதழ்கள் யாவை?

ஆதித்தனார் முதலில் 'மதுரை முரசு' என்ற இதழைத் தொடங்கினார். அது தடை செய்யப்பட்டுவிட்டது.

16. ஏன் தடை செய்யப்பட்டது?

'மதுரை முரசு' வெளிவந்தது இரண்டாம் உலகப்போர்க் காலம். அப்போது மதுரையில் ஒரு துப்பாக்கிச் சூடு நடைபெற்றது. அதில் இறந்தவர் எண்ணிக்கையை அரசாங்கம் குறைத்துக் கூறியது. ஆதித்தனார் சரியான எண்ணிக்கையை வெளியிட்டார். எனவே 'மதுரை முரசு' தடை செய்யப்பட்டது.

17. ஆதித்தனார் தொடங்கிய வேறு இதழ்கள் யாவை?

1942ஆம் ஆண்டு தமிழன் என்ற இதழைத் தொடங்கினார். அதில் ஒரு மோசமான தரமுள்ள கதை (உண்மை) ஒன்று வெளியானது. அதைப்படித்த என் மனைவி குறைகூறினாள். நான் ஆதித்தனாருக்கு, 'உன் அண்ணியார் உன் பத்திரிகையைப் படிக்க இயலவில்லை. அவ்வளவு மோசமாக இருக்கிறது' என்று கூறுகிறாள் என்று எழுதினேன்.

'இனி அண்ணியார் அந்த இதழைப் படிக்க வேண்டியிராது. ஏனென்றால், நான் தமிழனை நிறுத்திவிட்டேன்' என்று கடிதம் எழுதினார். 1942ஆம் ஆண்டிலேயே தந்தி தொடங்கினார்.

18. தந்தி எப்போது தினத்தந்தியானது?

ஒருமுறை நான் மதுரைக்குத் தந்தி அலுவலகத்துக்குச் செல்ல எண்ணி வண்டிக்காரனிடம் 'தந்தி ஆபிசுக்குப் போ' என்றேன்.'

அவன் என்னைத் தந்தி (டெலிகிராஃப்) அலுவலகத்திற்குச் கொண்டுபோய் விட்டான். 'இங்கு இல்லையப்பா'. 'தந்தி என்று ஒரு பத்திரிகை இருக்கிறதே, அங்கு போ' என்றேன். பின்னர்தான் தந்தி அலுவலகத்திற்குப் போனான்.

'தந்தி' அலுவலத்திற்குப் போன நான் இதை ஆதித்தனாரிடம் கூறினேன். சிக்கலை உணர்ந்துகொண்ட ஆதித்தனார் அப்போதே 'தினத்தந்தி' என்று மாற்ற முடிவு செய்துகொண்டார்.

19. **உங்கள் அண்ணன் - தம்பி தொடர்பு எப்படி இருந்தது?**

நாங்கள் இருவரும் ஸ்ரீவைகுண்டத்தில் உள்ள காரனேசன் உயர்நிலைப் பள்ளியில் படிக்கும்போதிருந்தே நல்ல நண்பர்களாய் இருந்தோம். என்னிடம் சொல்லாமல் ஆதித்தனார் எந்த முடிவும் எடுக்கமாட்டார்.

திருச்சியில் நான் பிஷப் ஹீபர் கல்லூரியிலும் அவர் புனித ஜோசப் கல்லூரியிலும் படித்தோம். இருவரும் புதூரில் குடியிருந்தோம்.

20. **ஆதித்தனார் உங்களுக்குத் தம்பி. அவரை நீங்கள் 'பன்மை'யில் குறிப்பிடுகிறீர்களே!**

ஆம். நான் அவருக்கு 20ஆம் வயது ஆனது முதல் 'அவன்' என்று சொல்லுவதில்லை. அவர் என்றுதான் சொல்லி வருகிறேன்.

21. **'நாம்- தமிழர் இயக்கம்' நடத்தும் அளவுக்குத் தமிழ்ப்பற்று எவ்வாறு ஏற்பட்டது?**

ஆதித்தனாருக்குச் சங்கநூல்களிலும் திருக்குறளிலும் நல்ல தேர்ச்சி உண்டு. மதுரையில் திருக்குறள் சொற்பொழிவு நிகழ்த்தியுள்ளார். அந்தத் தமிழ்ப் பற்றுத்தான் அவருக்குத் தூண்டுகோலாக அமைந்தது.

22. **ஆதித்தனாரின் தோற்றம் பற்றி...**

நீங்கள் படத்தில் பார்ப்பதுபோல் அவரது தோற்றம் இல்லை. நீளமான தாடியும் வைத்திருக்க மாட்டார். சுத்தமாக மழித்திருக்கவும் மாட்டார். எளிமையாக ஆடை அணிவார். சிவந்த உடல். பள்ளியில் படிக்கும் காலத்தில் குடுமி வைத்திருந்தார். அவரின் கண்கள் தீட்சண்யமாக இருக்கும்.

முகிலை இராசபாண்டியன், அ.மா.சாமி – நேர்காணல்

நாள் : 25.5.1990

1. சி.பா.ஆதித்தனார் என்பது ஆதித்தனாரின் இயற்பெயரா?

   இல்லை. ஆதித்தனார் என்பது அய்யாவின் குடும்பப் பெயர். 'சி' என்னும் எழுத்து, சிவந்தி என்று அய்யாவின் தந்தையார் பெயரையும் 'பா' என்னும் எழுத்து, பால சுப்பிரமணியன் என்னும் அய்யாவின் இயற்பெயரையும் குறிக்கின்றன.

2. ஆதித்தனாருக்கு எத்தனை குழந்தைகள்? ஆதித்தனாருக்கு இரண்டு ஆண் மக்களும் ஒரு பெண் மகளும் பிறந்தனர்.

   மூத்தவர் இராமச்சந்திர ஆதித்தன். இளையவர் சிவந்தி ஆதித்தன். மகள் சரசுவதி அம்மாள்.

3. ஆதித்தனார் சிங்கப்பூரில் என்ன பணியாற்றினார்?

   அங்கே ஆதித்தனார் வழக்கறிஞர் பணியாற்றினார்.

4. ஆதித்தனார் எப்போது சிங்கப்பூரிலிருந்து திரும்பினார்?

   இரண்டாம் உலகப்போர் நடந்துகொண்டிருந்த வேளையில் ஆதித்தனார் தமிழ்நாட்டுக்குத் திரும்பினார்.

5. 'நாம் - தமிழர்' இயக்கம் எப்போது தொடங்கப்பட்டது?

   1942ஆம் ஆண்டு ஆதித்தனார் 'நாம் - தமிழர்' இயக்கத்தைத் தொடங்கினார்.

6. ஆதித்தனார் தொடங்கிய இயக்கத்திற்கு ஏன் 'நாம் - தமிழர் இயக்கம்' என்று பெயர் வைத்தார்?

   ஐரிஷ் நாட்டின் விடுதலை வீரன் டிவேலரா. அவன் தன் நாட்டு விடுதலைக்காகக் கிரிபெத் என்னும் அறிஞருடன்

இணைந்து போராடினான். ஐரிஷ் மக்களுக்கு இன உணர்வை ஊட்ட ஓர் இயக்கத்தைத் தொடங்கிய அவன் அதற்கு 'வி அயிரிஷ்' என்று பெயரிட்டான். அதைப் பின்பற்றியே, தமிழர்களுக்கு இன உணர்வு ஊட்ட எண்ணிய சி.பா.ஆதித்தனாரும் 'நாம் - தமிழர்' என்று பெயரிட்டார்.

7. சுதந்திரத் தமிழ்நாடு கோரிக்கையை ஆதித்தனார் ஏன் நிறுத்தி வைத்தார்?

1962ஆம் ஆண்டு பிரிவினைத் தடைச் சட்டம் வந்ததையொட்டி 'நாம் - தமிழர்' இயக்கத்தின் செயற்பாட்டை ஆதித்தனார் நிறுத்தி வைத்தார்.

8. பெரியாருக்கும் ஆதித்தனாருக்கும் உள்ள தொடர்பு பற்றி..

பெரியாரும் ஆதித்தனாரும் இணைந்து பல போராட்டங்கள் நடத்தியுள்ளனர். இந்திய நாட்டுப்படத்தைத் தமிழ்நாடு நீங்கலாக எரிக்கும் போராட்டத்தையும் இந்தி எதிர்ப்புப் போராட்டத்தையும் இருவரும் இணைந்தே நடத்தியுள்ளனர். இருப்பினும், இருவரும் இன உணர்வால் ஒன்றியிருந்ததுபோல் மற்ற உணர்வுகளால் இணையவில்லை எனலாம்.

9. ஆதித்தனார் நடத்திய போராட்டங்கள் யாவை?

பனைமரத்திற்கு விதிக்கப்பட்ட வரியை எதிர்த்து ஆதித்தனார் போராடியதோடு தமது மேலவை உறுப்பினர் பதவியையும் விட்டு விலகினார்.

மேலும், மாத்தூர் உழவர் போராட்டம், ஆஸ்பத்திரித் தொழிலாளர் போராட்டம், இந்தி எதிர்ப்புப் போராட்டம், பட எரிப்புப் போராட்டம் போன்றவற்றை நடத்திச் சிறை சென்றார்.

10. தமிழ் மக்களுக்கு இன உணர்வு ஊட்ட ஆதித்தனார் எவ்வழிகளில் செயற்பட்டார்?

ஆதித்தனார் 'தமிழப் பேரரசு' என்றொரு நூல் எழுதியுள்ளார். அதில் தமிழ் மக்களின் தொன்மைச் சிறப்பையும் தற்கால இழி நிலையையும் விளக்கியுள்ளார்.

மேலும், சுதந்திரத் தமிழ்நாடு என்றொரு வினாவிடை நூலும் வெளியிட்டுள்ளார். தமிழ்க் கொடி என்னும் வார இதழையும் நாம் - தமிழன் இயக்கத்தின் சார்பாக நடத்தியதாகத் தெரிகிறது.

சொற்பொழிவுகள், மாநாடுகள் மூலமாகவும் தமிழ் இன உணர்வை வளர்த்துள்ளார்.

11. ஆதித்தனார் எழுதிய நூல்கள் இப்போது கிடைக்கின்றனவா?

ஆதித்தனார் எழுதிய 'தமிழப் பேரரசு' 'சுதந்திரத் தமிழ்நாடு வினாவிடை' போன்ற நூல்கள் இப்போதும் கிடைக்கின்றன.

12. ஆதித்தனாரின் 'நாம் - தமிழர்' இயக்க உறுப்பினர் அட்டை, துண்டு வெளியீடுகள் 'தமிழ்க் கொடி' போன்றவை இப்போது கிடைக்கின்றனவா?

இல்லை. இவை என்னிடம் இல்லை. ஒருவேளை வாலாஜா வரதராஜன் அவர்களிடம் கிடைக்கலாம்.

13. வாலாஜா வரதராஜன் என்பவர் யார்?

இவர் ஆதித்தனாருடன் நாம் தமிழர் இயக்கத்தில் இணைந்து செயற்பட்டவர். அவரைப் பார்த்தால் 'நாம் தமிழர்' இயக்கம் குறித்த விவரங்கள் உங்களுக்குக் கிடைக்கலாம்.

14. ஆதித்தனார் அவைத் தலைவராக எப்போது பதவி ஏற்றார்?

1967ஆம் ஆண்டு தி.மு.க ஆட்சியமைத்த போது ஆதித்தனார் அவைத்தலைவர் ஆனார்.

15. தினத்தந்தி இதழ் தொடங்கக் காரணம் யாது?

ஆதித்தனாருக்கு இளமை முதலே இதழ் தொடங்க வேண்டும் என்ற எண்ணம் இருந்தது. அதன் செயல் வடிவம்தான் 'தினத்தந்தி'.

16. 'தினத்தந்தி' என்று பெயரிடக் காரணம் யாது?

செய்திகளை வேகமாகக் கொண்டு செல்வது தந்தி. எனவே, செய்திகளை முந்திக் கொடுக்கவேண்டும் என்ற நோக்கில் தந்தி என்று பெயரிட்டார்.

முகிலை இராசபாண்டியன்

கன்னியாகுமரி மாவட்டத்தின் முகிலன் குடியிருப்பில் பிறந்த இவர் மதுரை, சென்னை, அண்ணாமலைப் பல்கலைக்கழகங்களில் கல்வி கற்றுள்ளார்.

சென்னை, தரமணியில் உள்ள தமிழ் இணையப் பல்கலைக்கழகத்தில் மூன்று ஆண்டுகள் உதவி இயக்குநராகவும் செம்மொழித் தமிழாய்வு மத்திய நிறுவனத்தின் பதிவாளராகவும் பணியாற்றியுள்ள இவர், சென்னை மாநிலக் கல்லூரியில் பதினைந்து ஆண்டுகள் தமிழ்ப் பேராசிரியராகப் பணியாற்றியுள்ளார்.

ஐந்து நாவல்கள், ஐந்து சிறுகதைத் தொகுப்புகள், மூன்று நாடகங்கள், நான்கு கவிதைத் தொகுப்புகள் உட்பட தொண்ணூறு நூல்கள் படைத்துள்ளார்.

மனோன்மணியம் சுந்தரனார் பல்கலைக்கழகத்தின் பாரதியார், பாரதிதாசன் அறக்கட்டளைப் பரிசுகளையும் கோவை கஸ்தூரி சீனிவாசன் அறநிலையத்தின் நாவல் பரிசினையும் பாரத ஸ்டேட் வங்கியின் நாடகப் பரிசினையும் தமிழ்நாடு கலை இலக்கியப் பெரு மன்றத்தின் சிறந்த சிறுகதை நூல் பரிசினையும் வேறு பல விருதுகளையும் பெற்றுள்ளார்.